Sinaye Baba

Sinaye Baba

Mfaume Hamis Mfaume

MKUKI NA NYOTA
DAR — ES — SALAAM

KIMECHAPISHWA NA:
Mkuki na Nyota Publishers Ltd
P. O. Box 4246
Dar es Salaam, Tanzania
www.mkukinanyota.com

ISBN 978-9987-75-372-7

Tembelea tovuti yetu www.mkukinanyota.com kujua zaidi kuhusu vitabu vyetu na
jinsi ya kuvipata. Vilevile, utaweza kusoma habari na mahojiano ya waandishi pamoja
na taarifa za matukio yote yanayohusu vitabu kwa ujumla. Unaweza pia kujiunga na
jarida pepe letu ili uwe wa kwanza kupata taarifa za matoleo mapya zitakazotumwa
moja kwa moja kwenye sanduku la barua pepe yako.

Vitabu vya Mkuki na Nyota vinasambazwa nje ya Afrika na African Books Collective.
www.africanbookscollective.com

Yaliyomo

Aumwapo Mama

1. Nilimtazama kuku, kwa utuvu na makini,
    Ndipo nikawaza huku, baada ya kubaini,
    Kisha ikaja shauku, ya kunena kwa yakini,
    Jama akiumwa mama, watoto huwa tabuni.

2. Ugonjwa huzaa janga, zito lisilo uzani,
    Huteseka vifaranga, pindi mama taabani,
    Wakabakia kutanga, mara nje mara ndani,
    Jama akiumwa mama, watoto huwa tabuni.

3. Hupoteza uimara, wakawa wa mashakani,
    Hofu kwao kila mara, huwatanda mtimani,
    Wasiweze kuchakura, chakula huko jaani,
    Jama akiumwa mama, watoto huwa tabuni.

4. Vitoto vyake huliya, wakimuomba Manani,
    Aweze kumjaliya, arudi kama zamani,
    Ampe njema afiya, warejee furahani,
    Jama akiumwa mama, watoto huwa tabuni.

5. Tama yaniisha hamu, kuendeleza uneni,
    Ombi wenye utimamu, taratibu chunguzeni,
    Hata kwake binadamu, na kisha niambieni,
    Jama akiumwa mama, watoto huwa tabuni.

Likaisha

1. Zisikuhadae pesa, ukajawa na jeuri,
   Wengine ukawatesa, sababu ni mafakiri,
   Huwa zenda zikaisha.

2. Usitishwe na uzuri, ung'aravyo mwili wako,
   Ukakujaza kiburi, uonapo jumbo lako,
   Huwa wenda ukaisha.

3. Usitishwe nacho cheo, hicho unachokabili,
   Ukawa mwenye matao, ukafanya ujahili,
   Huwa chenda kikaisha.

4. Zisikuhadae nguvu, zilizo mwilini mwako,
   Ukafanya uonevu, kuwaonea wenzako,
   Huwa zenda zikaisha.

5. Kila jambo duniani, linakwenda na kuisha,
   Waja tuweni makini, tuwache jifaharisha,
   Huwa lenda likaisha.

6. Oneni hata shairi, hapa nalitamatisha,
   Halina beti titiri, ila nalo limeisha,
   Limeenda limekwisha.

Haviwi

1. Haviwi tena vitano, likatwapo dole gumba,
   Katika wako mkono, hata kama ukifumba,
   Lazima muonekano, wa mkono utayumba,
   Haviwi.

2. Hayawi majibizano, yasiyo na pande mbili,
   Bila ya masemezano, mada lengwa kujadili,
   Kwa hoja nayo mifano, wapate jibu kamili,
   Hayawi.

3. Haiwi ni mahakama, kama haina kizimba,
   Cha shahidi kusimama, kesi wanapoilumba,
   Hadi ikafika tama, maamuzi wakaumba,
   Haiwi.

4. Hakiwi jama kiatu, kama kitakosa soli,
   Kikampendeza mtu, avaapo sarawili,
   Hakitavalika katu! Kwayo yake sitahili,
   Hakiwi.

5. Hayawi tena maziwa, yakutanapo na shombo,
   Hata ukimiminiwa, katika kizuri chombo,
   Hata ukikazaniwa, yatalitibua tumbo,
   Hayawi.

Moliwa

1. Moliwa hizino dua, twaomba zikufikie,
   Mengi yanatusumbua, ufanye yatuatie.

2. Moliwa twasuasua, dafrau tukingie,
   Madhila yakapungua, na kisha yatamatie.

3. Moliwa tupe riziki, tele zilizo ujao,
   Zile zisizo mikiki, pamoja nalo pumbao.

4. Moliwa watahamaki, walumbi watulumbao,
   Kutwa wanotudhihaki, huko kwenye mitandao.

5. Moliwa siendi mbee, hapano nimeshafika,
   Moliwa ututetee, tuweze kuimarika.

Zivindo

1. Poa, mosi kiitiko, mambo! Kuiitikia,
   Poa, mkubwa, mtoto, tuli anapotulia,
   Poa, kupunguza joto, baridi ukasikia.

2. Fyoa, maneno ongea, yanayotia udhia,
   Fyoa, kitu kilonywea, kisicho njema afia,
   Fyoa, vikonyo kutoa, nafaka kujivunia.

3. Koa, kilicho makali, kifaacho kukatia,
   Koa, ni pambo aali, madini limetumia,
   Koa, ni chuma sahali, marobota hufungia.

4. Gotoa, ni ufupisho, muhtasari sawia,
   Gotoa, kufika mwisho, jambo kulitamatia,
   Gotoa, ufahamisho, watu jambo kuwambia.

5. Ongoa, kuibadili, ikawa njema tabia,
   Ongoa, bembeleza ili, mwana awezesinzia,
   Ongoa, kuwa kamili, imani kuzingatia.

6. Dondoa, pevu kuvuna, mateke yakabakia,
   Dondoa, pia kudona, moja kujichagulia,
   Dondoa, nukuu dhana, ya mtu ulosikia

Apendae Boga

1. Huwa ninamshangaa, yeye na akili zake,
   Vile akichachamaa, kuona si haki yake,
   Ua akalikataa, aone si sawa kwake,
   Mtu apendae boga, asipende ua lake.

2. Ati nanga ya mpaa, likawa tatizo kwake,
   Akaliona ni jaa, kabisa asilitake,
   Lamletea kinyaa, akila chakula chake,
   Mtu apendae boga, asipende ua lake.

3. Liwe lililokomaa, ama liwe teketeke,
   Kwake yeye ni balaa, na boga asiliweke,
   Pamoja liweze kaa, lisimpe sekeseke,
   Mtu apendae boga, asipende ua lake.

4. Tamati nawasha taa, kunga wazi niiweke,
   Iyalete manufaa, ifanye muelimike,
   Mjane ukimfaa, mfae na wana wake,
   Mtu apendae boga, asipende ua lake.

Ningetambua

1. Ningetambua awali, kuwa anae mwendani,
   Ningelitupia mbali, hili huba si utani,
   Nimeshikwa sina hali, mwenzenu ni taabani.

2. Nisingempa kibali, aingie mtimani,
   Nisingepata ajali, ilokita kifuani,
   Nina tabu si akali, mwenzenu nipo shakani.

3. Ningetumia akili, yangu iliyo kitwani,
   Ningeliepuka hili, liloniletea zani,
   Nimebakia dhalili, mwenzenu nipo jangani.

4. Ningeng'amua ukweli, huu ulio bayani,
   Nisingetupa shekeli, kwa mja asohisani,
   Nimetezwa na tapeli, mwenzenu ni nakamani.

5. Ningemjua ni ghuli, rafiki yake shetani,
   Nisingempa kauli, ya kuwa naye ndoani,
   Nimempenda fedhuli, mwenzenu nipo kizani.

Tuacheni

1. Yambwa unene ukweli, ijapokuwa mchungu,
   Amba ulio kamili, uuondoe ukungu,
   Watu watambue kweli, ili waache mizungu,
   Mila hii tuacheni.

2. Mila hii tuacheni, ya kuwarithi wajane,
   Athari ilosheheni, zifanyazo tukosane,
   Kaumu tukataeni, mila hii isifane,
   Tukatae hii mila.

3. Tukatae hii mila, mila ya ukeketaji,
   Mila isiyo jamala, iletayo mauaji,
   Wala haina sahala, mila ya kinyanyasaji,
   Jambo hili si sawia.

4. Jambo hili si sawiya, la albino kuua,
   Wala pasipo hatiya, viungo mkachukua
   Ati! mkifikiria, shidani hamtakua,
   Jambo hili tupingeni.

5. Jambo hili tupingeni, la kuwaua wazee,
   Kila ndiya tufanyeni, tatizo litokomee,
   Imani tuondoeni, zafanya tuteketee,
   Tusimame tusichoke.

6. Tusimame tusichoke, zikome hizi hadithi,
   Ati! kuwa mwanawake, hasitahiki urithi,
   Mali za wazazi wake, ama mume kuzirithi,
   Tujiepushe hakika.

7. Tujiepushe hakika, hapa naifika tama,
   Ikomboke Afrika, pawe pahala salama,
   Ili tuweze kufika, bila ya kwenda mrama,
   Tunyanyuke Afrika.

Amini

1. Naomba nieleweke, ujanja kwako sinao,
   Sinayo hata makeke, nimejawa na pumbao
   Amini.

2. Naomba nifahamike, sina mengine makao,
   Yafanye nihangaike, kwako kisiwe kikao,
   Amini.

3. Naomba hili tambuwa, mwingine miye sinaye,
   Ambaye anizuzuwa, kuzidi nikupendaye,
   Amini.

4. Naomba ayuni juwa, upo pekee ambaye,
   Moyo uliyechukuwa, mwingine asiutwaye,
   Amini.

5. Kweli naomba thamini, nimekupa wangu moyo,
   Sijali ya wafitini, wanionao poyoyo,
   Amini.

6. Tama naomba amini, maneno niyasemayo,
   Mazito yenye yakini, naomba amini kwayo,
   Amini.

Niliyoyaona

1. Jamani ni maajabu, ambayo nimeyaona,
   Yaliyonipa sababu, kalamu yangu kutona,
   Bila ya kupata tabu, nauliza waungwana,
   Haya niliyoyaona, na ninyi mshayaona?

2. Si maneno ya upambe, mambo kuyashadadia,
   Huu ukweli kabambe, mimi nimeshuhudia,
   Ng'ombe aliye mapembe, ameupata udhia,
   Nimeuona mkia, ukimtikisa ng'ombe.

3. Halafu nikasogea, na mawazo akilini,
   Huku nikielekea, kando kando baharini,
   Lo! kilichotokea, mwenzenu sikuamini,
   Mtu mtanga mwaloni, ajabu hanuki vumba.

4. Nikajawa na utata, yote nikayasahau,
   Nikazidi pitapita, nishangae angalau,
   Ajabu nikamkuta, mnyonge na lake dau,
   Ayi! dau la myonge, jama limeenda joshi.

5. Wakati ninashangaa, haikupita dakika,
   Nikayaona mawaa, watu wamekusanyika,
   Huku moshi umejaa, vitu vinaungulika,
   Lo! Limeungua jembe, mpini ukabakia.

6. Napatwa na taharuki, najionea michosho,
   Ni mambo hayasemeki, yamesheheni vitisho,
   Ajabu natahamaki, ni ndani ya mikorosho,
   Yametolewa mabibo, korosho ziko mtini.

7. Yananitanda mashaka, niloona siamini,
   Mambo haya kwa hakika, kwangu mie ni mageni,
   Ghafula ninaamka, natoka usingizini,
   Haya niliyoyaona, na nyinyi mshayaona?

Nyasi na Tembo

1. Chanzo ujuzi wa mambo, nyasi kujiona bwana,
   Atakapo kila jambo, kwake linawezekana,
   Katu lisiende kombo, kwake likashindikana,
   Mwisho kaumia nyasi, walipopigana tembo.

2. Siku ambayo mwajimbo, alitaka kuwaona,
   Ndovu wakubwa wa umbo, damu zao zikitona,
   Akaziunda tatambo, na ugomvi ukanona,
   Mwisho kaumia nyasi, walipopigana tembo.

3. Hakikupita kitambo, wakaanza kupigana,
   Hawano wawili tembo, adabu kushikishana,
   Wakapigana vikumbo, chini wakaangushana,
   Mwisho aumia nyasi, walipopigana tembo.

4. Kama vile sarakasi, waanza biringishana,
   Huyu apelekwa kasi, yule kusi waminyana,
   Hapo ndipo sasa nyasi, chamoto akakiona,
   Mwisho kaumia nyasi, walipopigana tembo.

5. Tembo pasipo na wasi, hawataki achiana,
   Wakikomeshe kisasi, kuishe kutambiana,
   Nyasi akasema basi, wasitishe kutwangana,
   Mwisho kaumia nyasi, walipopigana tembo.

6. Bali tena si rahisi, kuwezesha kuachana,
   Kwani hayupo farisi, wa kuwambia hapana,
   Nao bila ukakasi, ugomvi wakaukana,
   Mwisho kaumia nyasi, walipopigana tembo.

7. Hapa sasa tamatini, nyasi la kufanya hana,
   Kajiponza masikini, tembo wameshambana,
   Walipo msinya chini, mautiye yamefana,
   Mwisho kaumia nyasi, walipopigana tembo.

Sijapatapoona

1. Ati! kumuona kuku, akimnyatia mwewe,
   Akienda kwa shauku, watotowe achukuwe,
   Apite kule na huku, mwishowe awanyakuwe,
   Sijapatapo kuona.

2. Ati! kumuona panya, akimkimbiza paka,
   Aweze kumtapanya, pindi atapomshika,
   Kitoweo kumfanya, sahili bila ya shaka,
   Sijapatapo kuona.

3. Jamani kuona fisi, asiye kula mizoga,
   Fisi huyo mfanisi, apendae mbogamboga,
   Mifupa kwake uwasi, yeye apenda maboga,
   Sijapatapo kuona.

4. Korosho iwe mtini, pekee yaning'inia,
   Ela bibo liko tini, korosho imebakia,
   Nawambia kwa yakini, hapo mimi nakimbia,
   Sijapatapo kuona.

5. Kinyonga alo na mbio, kuzidi hata farasi,
   Supidiye kali hiyo, kuzidi hata ya basi,
   Anakwenda mbiyombiyo, na kupiga sarakasi,
   Sijapatapo kuona.

6. Hapa kikomo natia, naondoa yangu nibu,
   Karatasi naachia, naondoka taratibu,
   Nafasi nawapatia, mtu nisie ghilibu,
   Sijapatapo kuona.

Niamini Nakupenda

1. Niamini niamini, tambua yangu ajenda
   Niamini niamini, tambua ninakupenda,
   Niamini niamini, tambua sitakutenda,
   Niamini nakupenda, natamka sikuwati.

2. Nakupenda nakupenda, pendo lililokithiri,
   Nakupenda nakupenda, pendo la dhati nakiri,
   Nakupenda nakupenda, pendo lililodhahiri,
   Nakupenda niamini, sikuwati natamka.

3. Natamka natamka, ukweli namaanisha
   Natamka natamka, ukweli sijabakisha,
   Natamka natamka, ukweli naufikisha,
   Natamka nakupenda, niamini sikuwati.

4. Sikuwati sikuwati, ewe nikakukinai,
   Sikuwati sikuwati, ewe nikakulaghai,
   Sikuwati sikuwati, ewe deni wanidai,
   Sikuwati natamka, niamini nakupenda.

Nyani na Mkulima

1. Pauka jama pauka, itikieni pakawa,
   Uliyelala nyanyuka, mbachani kaa sawa,
   Leo hapa inashuka, simulizi maridhawa,
   Ni nyani na mkulima, aliye na shamba zuri.

2. Mkulima wa hakika, kijiji kilimjuwa,
   Ndugu huyo mtajika, kokote alipokuwa,
   Kwa sifa alisifika, ya mazao kuchanuwa,
   Ni nyani na mkulima, aliye na shamba zuri,

3. Shamba lake la maani, mazao yalienea,
   Wengi walilitamani, nafaka zilivyomea,
   Hadi vijiji jirani, walikuja tembelea,
   Ni nyani na mkulima, aliye na shamba zuri.

4. Nyani wale wa porini, shamba walitegemea,
   Walirandaranda ndani, mahindi wakizengea,
   Mkono wende kinywani, njaa wakijitetea,
   Ni nyani na mkulima, aliye na shamba zuri.

5. Ikawa ni hekaheka, nyani wanamsumbuwa,
   Mitego akiiweka, wao wanaiteguwa,
   Akawa anakereka, kwa kuyavuna mabuwa,
   Ni nyani na mkulima, aliye na shamba zuri.

6. Nyani wakaneemeka, wasifikiri beluwa,
   Mkulima wamcheka, kaishiwa wakijuwa,
   Mahindi wanayateka, huku wakijifutuwa,
   Ni nyani na mkulima, aliye na shamba zuri.

7. Siku moja hao nyani, wakiwa katika dhifa,
   Kwa mkulima shambani, wakapata taarifa,
   Kuwa wao mpinzani, mkulima amekufa,
   Ni nyani na mkulima, aliye na shamba zuri.

8. Wakawa wa furahani, kupata njema sadifa,
   Moja jambo la maani, mmiliki shamba kufa,
   Pili wakaona shani, kwamba wanayo nyadhifa,
   Ni nyani na mkulima, aliye na shamba zuri.

9. Msimu ukasogea, na kuingia ujao,
   Nyani wakichekelea, wameyapata makao,
   Yasiyo na mkemea, yenye mazao kibao,
   Ni nyani na mkulima, aliye na shamba zuri.

10. Siku zikaendelea, cha ajabu lengo lao,
    Likawa lawadodea, hawayaoni mazao,
    Wakaanza teketea, kwa njaa kila uchao,
    Ni nyani na mkulima, aliye na shamba zuri.

11. Njaa ikawaandama, wakalikosa hitaji,
    Wakaishi wakihama, chakula wakitaraji,
    Ila ikawa dhahama, walichopata ni maji,
    Ni nyani na mkulima, aliye na shamba zuri.

12. Kisa kinafika tama, nanyamaa msemaji
    Hawakubaini kama, katika kile kijiji,
    Wengi wao wanadama, walikuwa wafugaji,
    Ni nyani na mkulima, aliye na shamba zuri.

Walumbi na Walumbao

1. Wacha nishike kalamu, niwape yaliyo yao,
    Nikianza kwa salamu, nitambue hali zao,
    Niweze kuzifahamu, ndipo tuanze kikao,
    Pokeeni.

2. Banati nao ghulamu, leo ninasema nao,
    Wafanyao kazi tamu, inayotupa mafao,
    Wasiiwache dawamu, kutotimu lengo lao,
    Unganeni.

3. Walio mule na humu, mso na muwajuwao,
    Wajuzi wakunudhumu, ndio nikusudiao,
    Nina jambo maalumu, nataka lifike kwao,
    Lishikeni.

4. Mno ninawaheshimu, walumbi mlumbanao,
    Mnasambaza ilimu, ilio kinga ja ngao,
    Kwetu ikawa muhimu, ujinga kupiga bao,
    Kazaneni.

5. Ni hakika yenu timu, imewatoa kibao,
    Hadi wakawa walimu, watu wawafundishao,
    Mafunzo yao adimu, wengi tukasoma kwao,
    Hongereni.

6. Ijapo kunao ndimu, wanaozifanya tao,
    Kisa wajua misimu, pekee pia zagao,
    Hali hawajahitimu, ila ni kiburi chao,
    Waacheni.

7. Bado moja nihitimu, ni mie mdogo wao,
    Kataeni madhalimu, wanaotisha wenzao,
    Hadi kudimuka dimu, wakiwa na mshangao,
    Katazeni.

8. Pesi wakafanya gumu, wakaogopa ambao,
Wageni ikawa sumu, kuyaanzisha makao,
Fani wakaona ngumu, iso tija ndani mwao,
Walindeni.

Habari za Kuogofya

1. Ninapoona unasi, wote macho umefumba,
   Wenyewe wakijighasi, mwenzao wakimuomba,
   Wakiwa hawana wasi, wakiamini yakwamba,
   Watapata kwa wepesi, kile wanacho kiomba,
   Hizino kwangu habari, habari za kuogofya.

2. Ninapoona jamii, yangu inateketeya,
   Ikiufanya utii, mtu kumnyenyekeya,
   Ajiitaye nabii, kwake wakaelekeya,
   Wakiwa wenye bidii, shida kumpelekeya,
   Hizino kwangu habari, habari za kuogofya.

3. Ninapoona umati, unapokosea njia,
   Unapopiga magoti, mtu kumsujudia,
   Dhamiri yao ya dhati, aweze wasaidia,
   Wakamsahau ati! ulotuumba Jalia,
   Hizino kwangu habari, habari za kuogofya.

4. Tamati nudhuma yangu, ukweli haijaficha,
   Hakika tunaye Mungu, sote twapasa kumcha,
   Si kuifata mizungu, izukayo kutwa kucha,
   Mwisho ukawa uchungu, gizani ikatuacha,
   Hizino kwangu habari, habari za kuogofya.

Nuru Inakaribia

1. Usilie usilie, mwafulani zindukana,
   Uingie uingie, uwandani kupambana,
   Yatukie yatukie, aloyapanga Rabbana,
   Uonapo giza nene, nuru inakaribia.

2. Moyoni usiumie, maumivu yasopona
   Maamuzi ufikie, ya kuacha kusonona,
   Manani umuachie, mwenye kesho kuiona,
   Uonapo giza nene, nuru inakaribia.

3. Ongeza yako bidii, usiache kupambana,
   Sanjari nao utii, kwa wakuu nao wana,
   Zisikuzuie fii, za waja wenye hiana,
   Uonapo giza nene, nuru inakaribia.

4. Shida zisikutishie, ukalipata sumbuko,
   Maisha uyahofie, ukalihisi anguko,
   Katu sijitabirie, kutoona pambazuko,
   Uonapo giza nene, nuru inakaribia.

5. Ukasahau Karima, kama siku zote yuko,
   Kisa wapanda mlima, wakutesa muinuko,
   Kumbe huo unakima, ufate mteremko
   Uonapo giza nene, nuru inakaribia

6. Hapa kikao nikae, nifunge hili andiko,
   Niloleta likufae, uache malalamiko,
   Likufanye ukomae, ukijua yako iko,
   Uonapo giza nene, nuru inakaribia.

Kijiji Kipo Gizani

1. Kijiji kipo kizani, hilo nimejioneya,
   Watu wapo taabani, giza limewalemeya,
   Hawaelewi jamani, wapi wataelekeya,
   Nani wakukiokoa, kijiji kiwe mwangani?

2. Watu humo hawaoni, ijapo wanatembeya,
   Wana fimbo mikononi, cheche wanachechemeya,
   Imewagubika soni, hawawezi kuongeya,
   Nani wakukiokoa, kijiji kiwe mwangani?

3. Wapo walo furahani, hao ndio wakemeya,
   Vitu vilivyo thamani, vyote wamejizoleya,
   Ela wenzao shidani, vibaya wateketeya,
   Nani wakukiokoa, kijiji kiwe mwangani?

4. Wakemea huko ndani, taa wamejiwekeya,
   Wao huketi mwangani, yao yakaendeleya,
   Miguu iko mezani, mafeni yawapepeya,
   Nani wakukiokoa, kijiji kiwe mwangani?

5. Hawataki abadani! mtu akijitoleya,
   Akatoka hadharani, wengine kuwateteya,
   Akawambia bayani, yakuwa wanakoseya,
   Nani wakukiokoa, kijiji kiwe mwangani?

6. Ajabu walo tabuni, wengine wachekeleya,
   Japo hali zao duni, eti! Wamezizoeya,
   Hawana hata huzuni, kwayo yanayotokeya
   Nani wakukiokoa, kijiji kiwe mwangani?

7. Unyoya naweka chini, yote nishaelezeya,
   Naomba muwe makini, yasiweze tuzengeya,
   Ya wale wa kijijini, nilipopatembeleya,
   Nani wa kukiokoa, kijiji kiwe mwangani?

Wanarudi kwa Wanyonge

1. Kama kawaida yao, wakati unapotimu, yawabidi,
   Utaona sura zao, na vyao vitimutimu, wanarudi,
   Inyuma mikono yao, watu hao madhalimu, wakaidi,
   Wanarudi kwa wanyonge.

2. Wanarudi kwa wanyonge, wakiwa kama wagonjwa,
   nyuso zao,
   Kulisaka tena tonge, wakiona wamepunjwa, muda wao,
   Ili yakwao yasonge, yakwetu yazidi kunjwa, nia yao,
   Wanarudi kwa wanyonge.

3. Wakiwa wanyenyekevu, wakijifanya ni sisi, masikini,
   Ambao hatuna nguvu, tulokosa ufanisi, maishani,
   Watu hao waonevu, wataka tena nafasi, majimboni,
   Wanarudi kwa wanyonge.

4. Watafika vijijini, ja vile wana busara, zenye kina,
   Kumbe wezi si utani, wanataka zetu kura, twape tena,
   Wakizipata mjini, twakimbiwa mafukara, kama jana,
   Wanarudi kwa wanyonge.

5. Shambani wataingia, kama tufanyavyo sie, makapuku,
   Eti! watapalilia, jama tuwaangalie, hizo siku,
   Shere watatufinyia, ili tena wajilie, wao kuku.
   Wanarudi kwa wanyonge.

6. Watavyotuigizia, mpaka tutashangaa, kiukweli,
   Wakilikuta sinia, watajilia dagaa, kwa ugali,
   Vyeo wakijipatia, kamwe hawatakaa, ja azali,
   Wanarudi kwa wanyonge.

7. Watapanda daladala, na kula nasi githeri, mitaani,
   Ikiwa nia jamala, kujifanya si fahari, masalani,
   Hivyo nasi tukilala, kwao itakuwa shwari, kurubuni,
   Wanarudi kwa wanyonge.

8. Maswali hawahitaji, yaliyokuwa na tija, kama haya,
   Elimu, umeme maji, zahanati madaraja, huyagwaya,
   Watu hao wafujaji, wameshindwa hata moja, ni wabaya,
   Wanarudi kwa wanyonge.

9. Mkiwabana maswali, watalalamika eti!, ilibana,
   Haikuwa ni aali, iliyopita bajeti, ndio mana,
   Ikashindwa serikali, miundombinu kuseti, si mwaona!
   Wanarudi kwa wanyonge.

10. Tusirubuniwe ati! Kwa shilingi na mavazi, kama vile,
    Kanga, vitenge, mashati, toka kwao mabazazi, walewale,
    Tusikubali umati, uchao kufanywa ngazi, yao wale,
    Wanarudi kwa wanyonge.

11. Tama napiga muhuri, makabwela nawaasa, zindukeni,
    Walofanya mazuri, hawano wanasiasa, kawapeni,
    Walioleta ghururi, wanapowajia sasa, watemeni,
    Wanarudi kwa wanyonge.

Mboni Zangu

1. Angalia mboni zangu, lau tembe utambue,
   Yalo mtimani mwangu, yaangaze uyajue,
   Ili ukosefu wangu, chanzo chake ung'amue,
   Tafadhali zitazame.

2. Angalia mboni zangu, yalo ndani uyaole,
   Tuliyoyapanga tangu, yasiende polepole,
   Ila yamevia kwangu, kisa wangu uchochole,
   Tafadhali zitazame.

3. Angalia mboni zangu, ili ujue dhahiri,
   Halikuwa lengo langu, kutotimiza nadhiri,
   Ila mbaya hali yangu, wanitesa ufakiri,
   Tafadhali zitazame.

4. Angalia mboni zangu, uone yangu adili,
   vema vitendo vyangu, vile tungawa wawili,
   Ila ni pakavu pangu, wanizonga udhalili,
   Tafadhali zitazame.

5. Angalia mboni zangu, tamati najililia,
   Najililia mwenzangu, malengo kutofikia,
   Ila jua kimya changu, si kuwa nakuchukia,
   Tafadhali zitazame.

Sinaye Baba

1. Wanisukuma uchungu, hayano kuyaongea,
   Kuyaongea wenzangu, yaache nielemea,
   Kumuhusu baba yangu, baba asiyenilea.
   Mwenzenu ninaye baba, lakini kama sinaye.

2. Lakini kama sinaye, kwa sauti nawambia,
   Ili kote isambaye, na yeye kumfikia,
   Yakwamba mie mwanaye, nimeshindwa jizuia,
   Mwenzenu ninaye baba, lakini kama sinaye.

3. Aliweza kunizaa, kunilea hakujua,
   Yeye alikesha baa, na vimada 'kitanua,
   Mama akamuhadaa, kwake akamtimua,
   Mwenzenu ninaye baba, lakini kama sinaye.

4. Hakuthubutu mavazi, mwanaye kunipatia,
   Chakula nayo malazi, mama alimsusia,
   Mama asiye na kazi, zigo alimbwagia,
   Mwenzenu ninaye baba, lakini kama sinaye.

5. Hakika hakunijali, hata nilipougua,
   Nililazwa Muhimbili, mguu hakunyanyua,
   Hakuja hosipitali, hali yangu kuijua,
   Mwenzenu ninaye baba, lakini kama sinaye.

6. Katika yangu elimu, ndipo nilipoumia,
   Kwani ilinilazimu, niuze sana bagia,
   Ili kukidhi jukumu, la karo kujilipia,
   Mwenzenu ninaye baba, lakini kama sinaye.

7. Hata nilipothubutu, kwake kumtembelea,
   Hakutaka katukatu, miye kumsogelea,
   Alisema hana kitu, niwe najitegemea,
   Mwenzenu ninaye baba, lakini kama sinaye.

8. Sijawahi kula chake, katika hii Dunia,
   Si thumuni toka kwake, na hata upendo pia,
   Ni kweli nieleweke, si kwamba namzushia,
   Mwenzenu ninaye baba, lakini kama sinaye.

9. Chanizuia kilio, tama hapa naishia,
   Nilosema yote ndio, na kwa Mola naapia,
   Au laa! Kama sio, aje hapa nibishia,
   Mwenzenu ninaye baba, lakini kama sinaye.

Nami Lini?

1. Lini nami? lini nami? ni swali kichwani mwangu,
   Swali lenye kujihami, kuhusu maisha yangu,
   Kujiuliza sikomi, lanisumbua wenzangu,
   Lini nami?

2. Lini yataniondoka, mawazo chungu na chungu,
   Nami nikafurahika, nisiwe nayo machungu,
   Kuishe kusawijika, uridhike moyo wangu,
   Lini nami?

3. Lini nitaheshimika, katika hii jamii,
   Vyeo wakanipachika, bila kufanyiwa fii,
   Watu wakanufaika, kwa hii yangu bidii,
   Lini nami?

4. Lini nami nitapenda, pale nitapopendeka,
   Ambaye hatonitenda, nikabaki nateseka,
   Asiniache nikenda, huku nikitetemeka,
   Lini nami?

5. Lini lini ziko nyingi, ila hapa ninakoma,
   Lini lilizo msingi, ndizo zinanipa homa,
   Lini kwangu ni kigingi, kinileteacho noma,
   Lini nami?

Umeyazidi Maua

1. Naangalia maua, kisha ninakutazama
   Mazuri yalivyokua, yalivyonawiri vema,
   Yenye harufu murua, ndipo sasa ninasema,
   Hakika uzuri wako, umeyazidi maua.

2. Hakika umeyazidi, hilo nimelithibiti,
   Si pekee uwaridi, kitenge na karikiti,
   Vipi niwe mkaidi, kusema japo katiti?
   Hakika uzuri wako, umeyazidi maua.

3. Ombi usiwe baidi, ipokee yako sifa,
   Hakuna lilokuzidi, shika hii taarifa,
   Ambayo imenibidi, niiandike arafa.
   Hakika uzuri wako, umeyazidi Maua.

4. Yote tunayoyajua, na tusoyajua yako
   Yale yaliyochanua, yenye rangi za muwako,
   Asumini na vilua, yote si badali kwako,
   Hakika uzuri wako, umeyazidi maua.

5. Tamati hapa nakaa, mneni najituliza,
   Walio Wete na Daa, tayari nishawajuza,
   Uzuri wako ni taa, iliyo tele mwangaza,
   Hakika uzuri wako, umeyazidi maua.

Amka!

1. Amka! Leo ni leo, pamoja tule yamini,
   Tulete maendeleo, ya hapa kwetu nchini.

2. Amka! Ewe kijana, kutoka usingizini,
   Tuje wote kuungana, kupinga umasikini.

3. Amka! Paza sauti, 'sambae ulimwenguni,
   Ikitetea umati, mjini hadi mwituni.

4. Amka! Twende sanjari, usijebaki njiani,
   Tufike yetu safari, pasipo na ukinzani.

5. Amka! Tubebe jembe, tukawekeze shambani,
   Tulime tupate sembe, chakula kiwe nyumbani.

6. Amka! saka elimu, tuondoke ujingani,
   Tufanye vitu adhimu, sio vya kihayawani.

7. Amka! Tupa kamari, tuende vibaruani,
   Tuache ya kubashiri, michezo kwazo sumuni.

8. Amka! Acha ulevi, mihadarati ya nini?
   Bora ufanye uvuvi, ipande yako thamani.

9. Amka! Acha zinaa, kuna madhara kuzini,
   Ukimwi utaukwaa, zishuke kinga mwilini.

10. Amka! Usaidie, waliokuwa shidani,
    Taabu ziwakimbie, warejee furahani.

11. Amka! Ndugu amka! Hapa sasa ukingoni,
    Wakati umeshafika, unachelewa kwanini?

Siachi Katu Siachi

1. Siachi kuvaa koti, ninapohisi baridi,
   Siachi kuvua shati, joto linaponizidi,
   Siachi kujizatiti, nifike ninapobidi,
   Siachi katu siachi, kujituma kwajuhudi.

2. Siachi kuwaeleza, hata wasiposikia,
   Siachi kuzungumza, hata wakinizuia,
   Siachi kuwahimiza, hata wakiwa mamia,
   Siachi katu siachi, waonevu kuwambia.

3. Siachi kuangalia, wanavyoapa viapo,
   Siachi kuwasifia, mazuri wayafanyapo,
   Siachi kuwakandia, watuonapo makopo,
   Siachi katu siachi, kuwaasa papo hapo.

4. Siachi kuwaamsha, tunyanyuke vitandani,
   Siachi kuhamasisha, tuende vibaruani,
   Siachi kuwakumbusha, tujikwamue shidani,
   Siachi katu siachi, kuichochea amani.

5. Siachi kuwanakili, wawapo mikutanoni,
   Siachi kunena kweli, kumlinda mwafulani,
   Siachi kuwakabili watutupao mibani,
   Siachi katu siachi, kuifuata ramani.

Huchori

1. Tayari nilishaamba, wazi wazi.
   Juu yako kana kwamba, hauwezi,
   Kwa kiguni ama kamba, ile kazi,
   Hata wende na kigavi, huchori.

2. Ulishindwa na kiguni, japo tembe,
   Kulichora umbo guni, lenye pembe,
   Kwayo maarifa duni, na uzembe,
   Hata wende na kigavi, huchori.

3. Sasa leo na kigavi, wachoraje?
   Ukiwa kama mlevi, wawezaje?
   Kulichora hivihivi, lakaaje?
   Hata wende na kigavi, huchori.

4. Sio kuwa kauzibe, yalazimu,
   Kautafute mkebe, ulotimu,
   Utendaji sio ngebe, ufahamu,
   Hata wende na kigavi, huchori.

5. Tama nakupa habari, ikufae,
   Kipimapembe, bikari, uvitwae,
   Mkebe wote sanjari, utumie,
   Hapo bila songombingo,tachora.

Mwanafuu Tulizana

1. Mwanafuu sikiliza, ijapo mengi wajua,
   Ubongo wako tuliza, akili yako fungua,
   Uendako kuna kiza, kurunzi hii chukua,
   Wewe bado mwanafuu, mkufuu hujakuwa.

2. Dhamira nikueleze, wala sikukuzodoa,
   Maarifa uwekeze, ujenge sikubomoa,
   Ili ujitosheleze, unapaswa kujinoa,
   Wewe bado mwanafuu, mkufuu hujakuwa.

3. Soma fanya uchambuzi, tungo zikikufikia,
   Utatambua ujuzi, wenzako walotumia,
   Huo ndio ufumbuzi, utungapo zingatia,
   Wewe bado mwanafuu, mkufuu hujakuwa.

4. Kutunga siyo mchezo, tungo kujiborongea,
   Kunahitaji uwezo, ari na kujisomea,
   Hichi ndicho kikolezo, upeo kuongezea,
   Wewe bado mwanafuu, mkufuu hujakuwa,

5. Tama sasa yanijuzu, pembezoni ninakaa
   Mwanafuu hujafuzu, jitahidi gangamaa,
   Situnge kizuzuzuzu, utunge zinayofaa,
   Wewe bado mwanafuu, mkufuu hujakuwa.

Viatu

1. Hakika ninakwazika, ninapowaona hao,
   Ambao wasawijika, kulilia viso vyao,
   Wakizifanya pilika, kutimiza lengo lao,
   Wanalilia viatu, japo si saizi yao.

2. Haya kweli ni mahoka, yananipa mshangao,
   Wanapolilia moka, ilotunzwa kama ngao,
   Kabisa wakiropoka, wakidai iwe yao,
   Wanalilia viatu, japo si saizi yao.

3. Miguu yao mipana, si sawa na mtu yule,
   Naamba vitawabana, wataumia vidole,
   Ama mwisho kuvichana, kheri waviache pale,
   Wanalilia viatu, japo si saizi yao.

4. Sanjari na kugombana, kisa ni viatu vile,
   Tena wanatukanana, watoto nao wavyele,
   Watafata kurogana, wenyewe wajipe ndwele,
   Wanalilia viatu, japo si saizi yao.

5. Tamati hao mabwana, wasiwe ja hajivale,
   Waache kutambiana, wote hawatoshi mule,
   Kwani ni gharama sana, viatu vya hadhi ile,
   Wanalilia viatu, japo si saizi yao.

Nisiposema Mimi

1. Sinyamazi hivi hivi, kimya nikatulia,
   Nabwabwaja ja mlevi, domo langu kufungua,
   Hata muniite chizi, ukweli nitawambia,
   Je nisiposema mimi, hivi nani atasema?

2. Naanza na walanguzi, kwa wakulima majanga,
   Walo wezi waziwazi, mazao bei kupanga,
   Wapangizi wa viazi, choroko, dengu, karanga,
   Je nisiposema mimi, hivi nani atasema?

3. Wazazi wa wanafunzi, wasiotaka elimu
   Wanaopenda mapenzi, shule ikawa ni sumu,
   Wahitaji wakufunzi, tamati wale matamu,
   Je nisiposema mimi, hivi nani atasema?

4. Wanafunzi mavyuoni, maisha ya kuigiza,
   Mnaporudi nyumbani, mwajifanya ni kengeza,
   Na ngamizi mikononi, kilimo mnakibeza,
   Je nisiposema mimi, hivi nani atasema?

5. Wakugushi makazini, muda wenu umefika,
   Mmelishwa korokwini, majasho yanawatoka,
   Mmepauka usoni, ajira zimeponyoka,
   Je nisiposema mimi, hivi nani atasema?

6. Wakubeti mtaani, kutwa mko na mikeka,
   Hamshindi asilani, muhindi anawacheka,
   Acheni uhayawani, mwenzenu aneemeka,
   Je nisiposema mimi, hivi nani atasema?

Mbwa Mwitu

1. Naja kwenu enyi watu, ujumbe kuwaeleza,
   Ujumbe usio gutu, kwenu ninaupenyeza,
   Tuweze kuua chatu, atakaye kutumeza,
   Umoja wa mbwa mwitu, ndio unaotakiwa.

2. Kulinda msitu wetu, ni jambo tunaloweza,
   Kutunza amani yetu, upendo tukieneza,
   Adui ajapo kwetu, tuweze mtokomeza,
   Umoja wa mbwa mwitu, ndio unaotakiwa.

3. Usiwe umoja butu, wa sura ya kuchukiza,
   Wakumuogopa mtu, haki akikandamiza,
   Kisa kashika mtutu, miguu tukakimbiza,
   Umoja wa mbwa mwitu, ndio unaotakiwa.

4. Tuwafundishe wanetu, wasivurugue moza,
   Kwazo tamaa za vitu, wakashindwa kuongoza,
   Akili zikawa fyatu, wakabaki kujizoza,
   Umoja wa mbwa mwitu, ndio unaotakiwa.

5. Tusiende matumatu, adui kumfukuza,
   Tunyateni nyatunyatu, vikwazo tukipunguza,
   Waja tuthamini utu, tusije tukauuza,
   Umoja wa mbwa mwitu, ndio unaotakiwa.

Maneno

1. Yaliandikwa maneno, na watu wenye busara,
   Wakatoa na mifano, ilokidhi barabara,
   Maneno yenye maono, ndio yatupa bishara,
   Ndugu wasiopendana, kuna siku hujutia.

2. Kuna siku hujutia, hilo jambo mfahamu,
   Pindi wakijichukia, hawano ndugu wa damu,
   Bali mwisho huumia, ikifika yao zamu,
   Lile neno ningejua, ndipo hushika hatamu.

3. Ndipo hushika hatamu, ila hakuna namna,
   Itakayo walazimu, kurejesha kupendana,
   Hawaoni umuhimu, vipi watashikamana?
   Udugu hazina yetu, kwao udugu lawama.

4. Kwao udugu lawama, hii inahuzunisha,
   Kwetu sie wanadama, hali hii inatisha,
   Tumuombeni Karima, jambo hili kuepusha,
   Upendo iwe ni vazi, tulivae tupendeze.

5. Tulivae tupendeze, sote tukiwa wamoja,
   Nguvu kuu tuongeze, kujenga wetu umoja,
   Kikomo niwaeleze, tusivifanye vihoja,
   Umoja uwe ni nguvu, siwe kheri peke yangu.

Samaki na Kunguru

Samaki

1. Kunguru rafiki yangu, tafadhali puliketo,
   Wewe ni swahiba wangu, si leo tangu utoto,
   Ninakuomba mwenzangu, hili usifumbe mato,
   Msaada nahitaji, salama nisalimike.

Kunguru

2. Hilo nalijua tangu, tangu tukiwa watoto,
   Iwe raha na uchungu, yote ni yetu mapito,
   Lililo lako ni langu, hata vipi liwe zito,
   Nini kinakusumbua, samaki nielezee?

Samaki

3. Jambo moja nahitaji, niishi bila ya shaka,
   Kwako ninalitaraji, unifae kwa haraka,
   Nitoke katika maji, niende ninapotaka,
   Nikaione milima, misitu nao wanyama.

Kunguru

4. Hilo ni lako hitaji, samaki unalotaka?
   Kuzuru wapaitaji, misitu navyo vichaka,
   Kwenda kuiona miji, vile ilivyopangika,
   Hilo linawezekana, ila wewe utaweza?

Samaki

5. Hii ni yangu dhamiri, lolote lile na liwe,
   Nishajiweka tayari, pamoja niruke nawe,
   Hata zitokee shari, za vipanga nao mwewe,
   Kunguru ninakuomba, litimize lengo langu.

Kunguru

6. Njia moja nimepata, tutakayoitumiya,
   Huna budi kuifata, utakalo kutimiya,
   Ni ya kamba kuing'ata, pasipo kuachiliya
   Hutakiwi kuongea, hata uone chochote.

Samaki

7. Siwezi kubisha hata, hilo ulilonambiya,
   Popote tutapopita, samaki nitatuliya,
   Hata nimuone bata, majini alokimbiya
   Kunguru amini hilo, tuanze hino safari.

Kunguru

8. Ing'ate kamba kwa nguvu, tumeshapaa angani,
   Kuwa mwenye utulivu, usijefanya utani,
   Uwe hivyo mnyamavu, hadi turudi majini,
   Hapa tulipo samaki, kianguka hauponi.

9. Vyote unavyoviona, ninakusihi nyamaza,
   Tafadhali tulizana, macho vizuri angaza,
   Nitakwambia kwa kina, ziara tukimaliza,
   Tutaporudi mtoni, nikupe ufafanuzi.

Msimuliaji

10. Akasahau samaki, mipaka akapituka,
    Ile anatahamaki, ndipo chini anashuka,
    akawa hazuiliki, vipande akapasuka,
    kuongea kuongea, kumemponza samaki.

11. Tama kufa kufaana, ikawa pake pahala,
    Kwa kunguru bimana, akaipata sahala,
    Samaki bila hiyana, kikawa chake chakula,
    Hicho kwao ndio chanzo,
    wao kuwa mahasimu.

Kesho ni Fumbo

1. Ukubali ukatae, na hata ukibishana,
   Hayupo aijuae, akaiweka bayana,
   Ela yule apangae, ni pekee Maulana,
   Kesho ya mtu ni fumbo, mja usiitabiri.

2. Hata uwe ni mganga, uwezaye kutabana,
   Utumiaye manyanga, pande zote ukafana,
   Kesho huwezi ipanga, ya mja kujulikana,
   Kesho ya mtu ni fumbo, mja usiitabiri.

3. Pia uwe mtabiri, uliye na kubwa jina,
   Pamwe na sifa titiri, njema zilizo na kina,
   Ela kesho kutabiri, ni lazima utachina,
   Kesho ya mtu ni fumbo, mja usiitabili.

4. Tumuachie Muumba, asiye na mfanana,
   Sote aliyetuumba, na vyote vilojazana,
   Hini kesho kuifumba, anayokubwa maana,
   Kesho ya mtu ni fumbo, mja usiitabiri.

5. Kikomo cha unenaji, waja tuache hiana,
   Tusiwe ni wajuaji, tunaoishi kwa dhana,
   Kumbe kesho kama maji, rangi halisi haina,
   Kesho ya mtu ni fumbo, mja usiitabiri.

Usijeniwata Mama

1. Usijeniwata mama, sinayo budi kulia,
   Kwa huzuni ninasema, huku nikigugumia,
   Mwanao mie yatima, pili ni mdogo pia,
   Mama yangu 'siniwate, nakuomba.

2. Usijeniwata mama, kauli hii sikia,
   Hii ni bishara njema, kabla nakuambia,
   Ninakukumbusha jema, Mola anatusikia,
   Mama yangu 'siniwate, nakuomba.

3. Usijeniwata mama, kipi kimekuingia?
   Pasipo pakuegama, kati kati kene ndia,
   Waniambia simama, niweze kusubiria,
   Mama yangu 'siniwate, nakuomba.

4. Usijeniwata mama, mwanao nakuhusia,
   Hapo mbele pana ngema, nisijekutumbukia,
   Huko chini nikazama, mwanao nitajifia,
   Mama yangu 'siniwate, nakuomba.

5. Usijeniwata mama, tumboni ulonitia,
   Mpaka nikasimama, te! te! ukiniitia,
   Hadi nayua kusema, unataka niatia?,
   Mama yangu 'siniwate, nakuomba.

6. Usijeniwata mama, nakuomba vumilia,
   Bado ingali mapema, umuri nitafikia,
   Japo kwa kudema dema, niweze jihudumia,
   Mama yangu 'siniwate, nakuomba.

7. Naamini nitasoma, kwa qadari ya Jalia,
   Hata karo nikikwama, yupo 'taye saidia,
   Ili nimalize vema, masomo kuhitimia,
   Mama yangu 'siniwate, nakuomba.

8. Hata tukikosa nyama, bamia tutajilia,
   Huku taa tumezima, matoni sijetutia,
   Wasotutakia mema, yetu wakiangazia,
   Mama yangu 'siniwate, nakuomba.

9. Usijeniwata mama, kisa baba kajifia,
   Kwa kuona unakwama, huduma kunipatia,
   Ukafika hii tama, ya ngemani kunitia,
   Mama yangu 'siniwate, nakuomba.

10. Tatizo ni mama Juma, ubozi alokutia,
    Hadi haya kuyafuma, nawe ukayafikia,
    Hakika mama wadema, haujafanya sawia,
    Mama yangu 'siniwate, nakuomba.

11. Usijeniwata mama huko ukatimkia,
    Sijui Daresalama, kazi lipo jipatia,
    Ukiniona dhahama, kauzibe nakutia,
    Mama yangu 'siniwate, nakuomba.

12. Yuwa kuwa pale nyuma, yote niliyasikia,
    Ma'juma aliposema, kazi kakutafutia,
    Iso mashariti pima, ya pombe kujiuzia,
    Mama yangu 'siniwate, nakuomba.

13. Cha Ajabu ulinena, huku ukifurahia,
    Umepaaga kulima, jembe hutolirudia,
    Na kunitaja Fatima, shida zitanikimbia,
    Mama yangu 'usiniwate, nakuomba.

14. Usijeniwata mama, tama hapa nafikia,
    Ndia hiyo si salama, utakuja kujutia,
    Utaipata nakama, iondoshe hiyo nia,
    Mama yangu 'usiniwate, nakuomba.

Mungu Mbariki Mama

1. Mungu mbariki mama, ombi letu lipokee,
   Awe kama zile zama, siha yake irejee.

2. Umpatie uzima, kama mwanzo tuongee,
   Tukicheka na kusema, furaha tuongezee.

3. Haliye iwe timama, mama huyu wa pekee,
   Apone kabisa jama! kwa furaha tutembee.

4. Twajua tunayo dhima, mama yetu tumlee
   Sisi wake mayatima, Rabi mama tuwekee.

5. Husuda na uhasama, kwazo Rabi mtetee,
   Maradhi pia dhahama, Yarabi muondoshee.

6. Mtazame kwa huruma, shifaa mpelekee,
   Mema aweze kuchuma, sawia hadi uzee.

7. Tama hapa nasimama, nakoma kusonga mbee,
   Dua ni kwako Karima, afueni mletee.

Sikuwa Mtu Sahihi

1. Kuna muda ninawaza, halafu najitazama,
   Kesha juu naangaza, huku nimeshika tama,
   Nikiwa nimenyamaza, ila ndani nalalama,
   Jibu moja ninapata, sikuwa mtu sahihi.

2. Kwenye hilo sikatai, ni dhahiri nilikwama,
   Hadi nikawa sifai, kwake nikafika tama,
   Nyonda akanikinai, pendo letu likazama,
   Jibu moja ninapata, sikuwa mtu sahihi.

3. Maozi sitapepesa, ukweli kutokusema,
   Jambo linalonitesa, sikufanya yalo mema,
   Na pili kukosa pesa, pakafanya nikadema,
   Jibu moja ninapata, sikuwa mtu sahihi.

4. Tatu kilichomchosha, ukosefu wa hishima,
   Nao muda wakutosha, kupoza wake mtima,
   Penzi akalidondosha, akanitimua hima,
   Jibu moja ninapata, sikuwa mtu sahihi.

5. Nne sikuwa makini, wa nyakati kuzisoma,
   Pia kutomthamini, moyowe niliuchoma,
   Ndipo likakita chini, penzi hapo likagoma,
   Jibu moja ninapata, sikuwa mtu sahihi.

6. Tano siambai mbee, ukingoni natuama,
   Wacheni niteketee, ishanipata nakama,
   Na yeye lake limee, likiwa liko salama,
   Jibu moja ninapata, sikuwa mtu sahii.

Kaniachia Kichanga

1. Kuna jambo laniliza, wenzangu niwaambie,
   Kabisa lanitatiza, furaha sinayo mie,
   Tena laniheleleza, kiasi nisitulie.

2. Nayua Mola kapanga, hili kwangu litukie,
   Hata kama lanitinga, lishapangwa litimie,
   Katu siwezi lipinga, kufuruni niingie.

3. Ameona naliweza, mapema nilipitie,
   Kwangu kalielekeza, haraka linifikie,
   Nahisi linamwangaza, nuru liniangazie.

4. Iweje mwana mchanga, mumewe aniachie?
   Asiyebebwa kwa kanga, mgongoni atulie,
   Kaona bora kutanga, ulezi anibwagie.

5. Heri angenieleza, mwenyewe nimsikie,
   Ambapo nimeteleza, magoti nimpigie,
   Sio moyo kukeleza, kama hivi nijutie.

6. Ajua nimejipanga, wote niwahudumie,
   Yeye pamwe na kichanga, matunzo niwapatie,
   Hata kwa kuunga unga, yao niwatimizie.

7. Naamini ningeweza, watakayo yatimie,
   Pasipo kuwazeveza, maisha wafurahie,
   Kula nako kupendeza, malazi niwagaie.

8. Nijile Muumba anga, dua yangu nijibie,
   Muepushe na majanga, mwana huyu nikuzie,
   Nami nipatie mwanga, riziki nizidishie.

Ngoma Ngomani

1. Nafunga zangu kibwaya, ngomani najitundika,
   Huku najimwayamwaya, tena nikipumbazika,
   Watu wasio na haya, kati wanaburudika,
   Napiga ngoma ngomani, mwenzenu naburudika,

2. Kweli kataka mwenyewe, kwa barua kuandika,
   Sikurusha langu jiwe, hata ulimbo kuweka,
   Kuku kanasa mwenyewe, kitanzi kajitundika,
   Napiga ngoma ngomani, mwenzenu naburudika,

3. Sikuremba kumchinja, kwani angeporochoka,
   Mngeniona kanjanja, nisiye sakata soka,
   Kumbe fundi ni mjanja, na viduku naviruka,
   Napiga ngoma ngomani, mwenzenu naburudika,

4. Kilichobaki mahari, kwao nishatambulika,
   Hakika fundi mahiri, wazi nimekamatika,
   Mawada yamekithiri, jamani nagarauka,
   Napiga ngoma ngomani, mwenzenu naburudika,

5. Nitaoa nikijenga, kauli wameishika,
   Ajira zenye majanga, jasho linawamwaika,
   Nishajitosa nganganga, mke ndani kumuweka,
   Napiga ngoma ngomani, mwenzenu naburudika.

Ranji Mai?

1. Wayuzi mnaoyuwa, nawaita kawandani,
   Muwene mlipokuwa, iwe bara ama pwani,
   Mfike kunifumbuwa, munitoe hino dhani,
   Ni ipi ranji ya mai?

2. Ranjiye kuniambiya, ninawaomba ndooni,
   Mai yaliyotuliya, pamwe nayo mkondoni,
   Ni ipi ranji sawiya, nawauza nambiyani,
   Ni ipi ranji ya mai?

3. Ukomo mbee siendi, hima hima nijuzani,
   Jawabu iwe kwa tendi, si shairi abadani,
   Mlifume kwa ufundi, ranji mseme bayani,
   Ni ipi ranji ya mai?

Alama Katika Ndole

1. Vuwa mato uniole, vile ninavyoteseka,
   Niangaze kwa upole, ona ninavyooneka,
   Ni msi chake chochole, kaumu wananiteka,
   Bado ninazikumbuka, alama katika ndole.

2. Alama katika ndole, hazinitoki mwenzako
   Zafanya niwe muwele, hifikiri huba zako,
   Zilo mbili kama tale, hapo mkononi mwako,
   Bado ninazikumbuka, hazinitoki kitwani.

3. Mangi nimewezafanya, kuzitowa nidiriki,
   Ziwate kunitanganya, zisinipe taharuki,
   Ela bado zanisinya, bongoni hazitomoki,
   Bado ninazikumbuka, alama katika ndole.

4. Hapano naima kimo, matozi yachuuzika,
   Alamazo mkingamo, zimegoma kufutika,
   Zinakuwa kama shimo, lisoweza kufukika,
   Bado ninazikumbuka, hazinitoki kitwani.

Vyovyote Vile ni Jibu

1. Kwako ewe mahabubu, nyonda harufu ya nuni
   Ufanyae niwe bubu, nikawa na unnunguni,
   Ambaye kwangu hesabu, iliyokosa kanuni,
   Vyovyote vile nijibu, mwenzio nitaridhia.

2. Nangoja lako jawabu, lolote lililo shani,
   Jema ama la adhabu, linifae maishani,
   Kwako isiwe ajabu, kunijibu hadharani,
   Vyovyote vile nijibu, mwenzio nitaridhia.

3. Usiipate aibu, mambo kuweka bayani,
   Uhofu yatonisibu, kusema yaliyo ndani,
   Kuwa mimi si labibu, na wewe hatuendani,
   Vyovyote vile nijibu, mwenzio nitaridhia.

4. Wala usione tabu, ukanijibu kwa soni,
   Ivae hata nikabu, nisikuone usoni,
   Amba mie mujarabu, ulonitia moyoni,
   Vyovyote vile nijibu, mwenzio nitaridhia.

5. Hapa inagoma nibu, ninaiweka mezani,
   Timiza wako wajibu, usiwache abadani,
   Unijibu taratibu, nisibakie na dhani,
   Vyovyote vile nijibu, mwenzio nitaridhia.

Jongoo na Nyoka

1. Jongoo
   Mdudu mwenye hekima, haya ninayatamka,
   Kutoka kwenye mtima, ujumbe uweze fika,
   Kwaye aliyeazima, ayarudishe hakika,
   Ayalete macho yangu, mwenye nayahitaji.

2. Atambue nayataka, asiifanye dhuluma,
   Ikawa nipatashika, popote nikimfuma,
   Kwake siwezi tishika, kisa watu anauma,
   Ayalete macho yangu, mwenyewe nayahitaji.

3. Nyoka
   Kweli mkataa pema, pabaya patamteka,
   Hayo unayoyasema, yananifanya nacheka,
   Jongoo hauna jema, unapenda hekaheka,
   Mbona mimi sikudai, miguu uloazima.

4. Ukenda unapotaka, kwako ikawa neema,
   Ukavizuru vichaka, ukiwasili mapema,
   Si ja awali mashaka, haukuweza kudema,
   Jongoo thamini wema, nyoka nilokutendea.

5. Jongoo
   Nyoka wewe haufai, hilo nalidhirisha,
   Umefanya ulaghai, jongoo kunikwamisha,
   Halafu unajidai, kuwa tulibadilisha,
   Ati! nilikupa macho, ili unipe miguu.

6. Ela ninakupa rai, haraka kuyarudisha,
   Singoje kizaizai, nikaja kuadabisha,
   Ukapoteza uhai, ikawa mwisho maisha,
   Nawezaje kupa macho, ili unipe miguu?

7. Nyoka
   Hakika ninatumai, ukweli waupindisha,
   Wafanya stihizai, lengo kunikorofisha,
   Tambua haunidai, hilo nakufahamisha,
   Jongoo thamini wema, nyoka nilokutendea.

8. Hivyo nami nakurai, yaache yaliyoisha,
   Vema ukayakinai, yasije tugombanisha,
   Kurejea hayafai, ni bora tukayapisha,
   Ninakuomba jongoo, hadithi hizo ziache.

9. Jongoo
   Simulizi za wavyele, ndizo zilozua hayo,
   Zilizo na mambo tele, tusoyajua ambayo,
   Yepi yenye upotole, na yepi kweli yanayo?
   Sasa nimeshatambua, ujinga ushaniisha.

Sishangai

1. Nione mtu mzima, ambaye ajitambua,
    Mwenye akili timama, kaumu wakamjua,
    Anapocheka na kima, akayavuna mabua,
    Huwa sishangai.

2. Wala sipati huzuni, moyoni ukanijaa,
    Nikawa ja mtu duni, kuona hii fadhaa,
    Mkimbia sakafuni, ukingoni akikaa,
    Katu sishangai.

3. Amcheleaye mwana, tamati anapolia,
    Akatamka bayana, vile anavyoumia,
    Ndipo sasa akakana, tabiaye kurudia,
    Kamwe sishangai.

4. Bwana achumae janga, akalila peke yake,
    Akakiona kisanga, kisicho mfano wake,
    Akabakia kutanga, liishe tatizo lake,
    Jama sishangai.

5. Aonaye jambo jema, hadi akafurahika,
    Yule mcheka kilema, naye kinapomfika,
    Akaenda akidema, mwendo ukabadilika,
    Mimi sishangai.

6. Hauteseki mtima, kikomo mnielewe
    Pindi mchimba kisima, aingiapo mwenyewe,
    Shimo alilolipima, akilia atolewe,
    Huwa sishangai.

Mshike Elimu

1. Ewe mtoto sogea, karibu nami ukae,
   Elewa nayoongea, taratibu uyatwae,
   Epuka sije potea, matatizo uyavae,
   Enenda nae elimu, usimtupe daima.

2. Lishike ufundishwalo, na walimu darasani,
   Lisome ukeshenalo, lisiondoke kichwani,
   Lifanye uambiwalo, nao walezi nyumbani,
   Lia na huyo elimu, usinyamaze daima.

3. Muheshimu kila mja, mwana watu usibeze,
   Muhimu shika la tija, baya lisikupoteze,
   Mungu mtimiza haja, kwake ujipendekeze,
   Mulika kwayo elimu, unapokuwa ndiani.

Uwoga na Wasiwasi

1. Ndimi mtoa fasili, tamu zilizo mashiko,
   Leo tena nawasili, kuwapa hili andiko,
   Kuhusu vitu viwili, viletavyo babaiko,
   Uwoga si wasiwasi, wasiwasi si Uwoga.

2. Uwoga si ukamili, huu uleta anguko,
   Hufanya alo adili, akavitenda vituko,
   Hausumbui akili, iwaze huku na huko,
   Uwoga si wasiwasi, wasiwasi si Uwoga.

3. Atashindwa kukabili, apatapo tatiziko,
   Akaogopa tumbili, panga mkononi liko,
   Shikeni hizo dalili, uwoga ni sawijiko,
   Uwoga si wasiwasi, wasiwasi si Uwoga.

4. Wasiwasi ni akili, ambazo kichwani ziko,
   Zinazo sitahimili, upatapo hangaiko,
   Ufanya lile na hili, uende ambako ndiko,
   Uwoga si wasiwasi, wasiwasi ni Uwoga.

5. Wasiwasi kiasili, huu humpa shituko,
   Si budi kulihimili, kuondoa masumbuko,
   Kwa mbinu zilo sahili, aweze pata kivuko,
   Uwoga si wasiwasi, wasiwasi si Uwoga.

Nitapona

1. Katu siwezi sonona, namuamini Jalali,
   Yeye anayetuona, na kuzijua amali,
   Naamini nitapona, nirudi kama awali,
   Ndugu zangu nitapona.

2. Nitapata afadhali, nakuimarika sana,
   Itapoa yangu hali, shidani taondokana,
   Furaha iso akali, juu yangu itafana,
   Ndugu zangu nitapona.

3. Nawaomba msihofu, tambueni kwa mapana,
   Hakunalo kwa Latifu, liwezalo shindikana,
   Ni wazi ataniafu, namwamini Maulana,
   Ndugu zangu nitapona.

4. Pekee yeye Qahari, dua kwake napeleka,
   Aliyeumba bahari, na viumbe kuviweka,
   Atafanya niwe shwari, nisahau kuteseka,
   Ndugu zangu nitapona.

Tausi Mkia

1. Tausi wako mkiya, waniwacha hoi miye,
    Ninapo uangaliya, wafanya nifurahiye,
    Rangize zimetuliya, niwache niusifiye
    Ulivyo jichanukiya, zinapendeza dotiye,
    Na unavyoning'inia, hakiyo uuringiye,
    Nuru kiangaziya, yafanya ujing'ariye
    Nauvulia kofiya, saluti niupigiye,
    Yani hapana taniya, lolote linitukiye,
    Mtu akinizuiya, atataka aumiye,
    Hakika nakuapiya, mabaya nimfanyiye.

2. Lile nililokwambiya, naomba lizingatiye,
    La jibu kunipatiya, moyo wangu utuliye,
    Lile zuri maridhiya, ambalo nisijutiye,
    Lisifanye nikaliya, fuadini niumiye,
    Chonde usije kawiya, muda mwingi utumiye,
    Nikabaki nasinziya, pekee nijiwaziye,
    Nikuwinde kwenye ndiya, eti ndio unambiye,
    Muda mwingi kitumiya, na simu nikupigiye,
    Ziwe nyingi subiriya, heri zisinipatiye,
    Nakuomba maridhiya, hayo usinifanyiye.

3. Ila pia nahofiya, yakija unifanyiye,
    Isiwe unataniya, kidume unikaziye,
    Zile oh! yako niya, malengo uyafikiye,
    Ya kusoma Malesiya, hivyo nikusubiriye,
    Mara umefikiriya, hatutaendana siye,
    Mara Ooh! familiya, haitaki uingiye,
    Ukashindwa nigawiya, tatamani nititiye,
    Ja zoba nitabakiya, mbaya ndwezi unitiye,
    Moyo ukinigawiya, ujinga uniishiye,
    Fanya Tausi mkiya, pingu tukajifungiye.

Nguzo za Kuongea

1. Jamani nimerejea, mie mjuzi wa kunga,
   Nimekuja waletea, mambo yapasayo chunga,
   Pindi unapoongea, muweze kupata mwanga,
   Nguzo za kuzingatia, pindi unapoongea.

2. Twendeni sote sanjari, mshike kila nukta,
   Kwa utulivu mzuri, lengo lengwa kulikuta,
   Tuimalize safari, yenye haya mambo sita,
   Nguzo za kuzingatia, pindi unapoongea.

3. Dhumuni nambari moya, ni kitu cha kusemea,
   Ambacho una himaya, vema kukiongelea,
   Sio kwa kugwayagwaya, uweze kujitetea,
   Nguzo za kuzingatia, pindi unapoongea.

4. Kesha dhumuni la pili, muda vema kuushuku,
   Ulenge muda kamili, usinene ja kasuku,
   La mchana kujadili, usijadili usiku,
   Nguzo za kuzingatia, pindi unapoongea.

5. Nende dhumuni la tatu, chungeni sana mahala,
   Pakuongelea kitu, lazima pawe sahala,
   Pengine kuwa sukutu, tambueni halahala,
   Nguzo za kuzingatia, pindi unapoongea.

6. Sasa dhumuni la nne, mahusiano ya watu,
   Vema muangaliane, mnapo jadili vitu,
   Mipaka mchungiane, msije pituka katu,
   Nguzo za kuzingatia, pindi unapoongea.

7. Jama dhumuni la tano, kiwango kiwe jadidi,
   Usijifanye mnono, ukanena kwa kuzidi,
   Kisa kwenye jambo hino, unao mwingi weledi,
   Nguzo za kuzingatia, pindi unapoongea.

8. Mwisho dhumuni la sita, jambo kuliwasilisha,
    Si simanzi kuileta, pale pa kufurahisha,
    Kesha pakulia hata, wewe ukajichekesha,
    Nguzo za kuzingatia, pindi unapoongea.

9. Tama mambo maridhia, dhumuni ama nguzo,
    Vema kiyafatilia, hamto pata mizozo,
    Katika zenu jamiya, mtalipata tulizo,
    Nguzo za kuzinga, pindi unapoongea.

Yai la Fanusi

1. Yai langu la fanusi, jamani nalililia,
   Lilokuwa mahususi, mwanga kuniangazia,
   Jama kalibeba bosi, figisu kanifanyia,
   Nalia mie nalia, yai langu la fanusi.

2. Yauma yangu nafusi, kila nikikumbukia,
   Ule wangu ufanisi, wa yai kujitunzia,
   Cha ajabu kwa rahisi, mwizi kajinyakulia,
   Nalia mie nalia, yai langu la fanusi.

3. Acheni niseme basi, kinyonge najikalia,
   Yapo kuwa yangu rasi, kwelikweli yaumia,
   Nimepoteza nafasi, mwizi akalipitia,
   Nalia mie nalia, yai langu la fanusi.

4. Nilisikia tetesi, nami nikafatilia,
   Bwana mmoja mwandisi, ndio aloniibia,
   Hana hata wasiwasi, bayana alitumia,
   Nalia mie nalia, yai langu la fanusi.

5. Nilitamani upesi, mahabusu kumtia,
   Nimfungulie kesi, kwani nilimkamia,
   Kisha mwisho kwa wepesi, gerezani kumtia,
   Nalia mie nalia, yai langu la fanusi.

6. Cha kushangaza polisi, wao walinambia,
   Wamefanya udadisi, eti! hanayo hatia,
   Mtu niliyemuhisi, ni la kwake yai pia,
   Nalia mie nalia, yai langu la fanusi.

7. Hivyo bila ukakasi, yai amejitwalia,
   Kisa yeye ni farasi, ana mbio kakimbia,
   Mie nisiye na kasi, nabaki muangalia,
   Nalia mie nalia, yai langu la fanusi.

8. Kimbembe sasa watesi, wanavyonishambulia,
   Kuwa sasa mie basi, sinacho cha kulingia,
   Giza zito lanigasi, sina cha kumulikia,
   Nalia mie nalia, yai langu la fanusi.

9. Hali yangu muflisi, sinayo shilingi mia,
   Kuwa tena si farisi, kuweza kujipatia,
   Nimebaki kama fisi, mizoga nairandia,
   Nalia mie nalia, yai langu la fanusi.

10. Naambwa kikaragosi, mwisho nimeufikia,
    Kibatari cha gilasi, kwangu ndiyo maridhia,
    Kikipita kikukusi, kiweze nilipukia,
    Nalia mie nalia, yai langu la fanusi.

11. Tama mie sina wasi, Manani namuachia,
    Aliye juu Qudusi, lingine kunipatia,
    Lisilo zuri kiasi, zuri la kupindukia,
    Nalia mie nalia, yai langu la fanusi.

Maisha na Watu Hawa

1. Maisha ndilo tanuri, lenye shida na furaha,
   Wapo walao vizuri, bila tabu na karaha,
   Japo vyeti ni sifuri, ila wanapata raha.

2. Kuna walao shubiri, na vyetini wana wani,
   Mabingwa wa kufikiri, enzi hizo darasani,
   Washapoteza nadhiri, ya kusoma Marekani.

3. Wapo wajinga wajinga, kama mnavyowasema,
   Hawajawahi kuringa, na kifedha wako njema,
   Wewe baki ukipinga, mate puu! Kuwatema.

4. Kuna wavimba vifua, kwa mali za kukopeshwa,
   Tena wakajifutua, kwamba hawakuwezeshwa,
   Wenyewe wakichukua, wasitake kusemeshwa.

5. Wapo walokuwa tuli, midomo wameifunga,
   Ukiwaona kwa mbali, utadhania mabunga,
   Wanazo pesa na mali, wanamiliki viunga.

6. Kuna wanaopambana, kila iitwayo leo,
   Matumizi wakibana, mawio hadi machweo,
   Bali chochote hawana, si tupa wala koleo.

7. Wapo wategemeao, vitu vile vya mirathi,
   Watoto wa ndugu zao, kuwadhulumu urithi,
   Wakishinda kwenye bao, wakizipiga hadithi.

8. Wako wengi watu hao, na wengine ndio sisi,
   Kutamani vya wenzao, kama afanyavyo fisi,
   Wasiwinde vilo vyao, mambo yakawa rahisi.

9. Msifungamane nao, kwani wao ni waasi,
   Lipingeni lengo lao, lakuwapunguza kasi,
   Wacheze kivyao vyao, kando wakijinafasi.

Hadi Kifo

1. Adhabu zote nipewe, niteswe kila nyakati,
   Niko radhi nizomewe, tena mbele ya umati,
   Lengo langu waelewe, sitakupoteza ati!

2. Wanipopoe na mawe, marungu hata manati,
   Kokoto nazo tumbawe, na fimbo za Kimang'ati,
   Bora yawayo na yawe, ila kamwe sikuati.

3. Waambie watambuwe, kwako weye nimeketi,
   Penzi letu walijuwe, wasomapo hizi beti,
   Niko radhi waniuwe, sababu yako Janeti.

4. Wewe ni changu kisawe, unipae mahabati,
   Wasiache nipagawe, nikikukosa banati,
   Jeni mwana wa Masawe, wakamilisha bahati.

5. Tupendane mimi nawe, penzi lisiwe Kibiti,
   Wasopenda wachachawe, kweli wakiithibiti,
   Furaha kwetu ikawe, njema iliyothabiti.

6. Shairi hili wapewe, japo beti zi katiti,
   Hata iwe Ukerewe, kukufuata sisiti,
   Wasikipate kiwewe, kwako nishajizatiti.

Elimu ya Jinsia

1. Mama Joti.
   Pulikani baba joti, hili nimefikiria,
   Nikaona ni thabiti, kuja kukufikishia,
   Kuwa sasa ni wakati, wanetu kuwapatia,
   Elimu ya jinsia, wakae wajitambue.

2. Hivyo nikaona ati, hakuna kusubiria,
   Nikae na mabanati, ukweli kuwaambia,
   Waweze kujidhibiti, wasije wakajutia.
   Ama hilo waonaje? Niambie mahabubu.

3. Baba Joti.
   Hakika jambo adhimu, leo umeligusia,
   Wakati umeshatimu, elimu kuwagaia,
   Ambayo itawakimu, kuijua jinsia,
   Nyonda wazo lako zuri, dhahiri litatufaa.

4. Sasa ni langu jukumu, lapasa kuniachia,
   Nikae na maghulamu, tuli nikiwahusia,
   Waujue umuhimu, kisha kuuzingatia.
   Ama hapo waambaje, mke wangu mama Joti?

5. Mama Joti.
   Laazizi swadakta, kwalo nakuaminia,
   Vizuri umenipata, pasi na kunibishia,
   Hivyo kinachofuata, ni elimu maridhia,
   Tujitahidi haraka, yasijili kama yale.

6. Yale yaliyomkuta, Suzi wa mama Rabia,
   Aliiendea puta, ikamfunza Dunia,
   Dubwana akalituta, na ujauzito pia,
   Ila chanzo nakwambia, aliikosa elimu.

7. Baba Joti.
   Vizuri namkumbuka, kwa kweli niliumia,
   Banati yule hakika, simanzi katuachia,
   Pindi alipotutoka, wengi tulimlilia,
   Walikosea wazazi, kutomfunza mapema.

8. Ndipo likawa balaa, Suzi lilomtukia,
   Kwa wazazi kupumbaa, shidani akaingia,
   Kumbe kwao kunyamaa, ndilo tatizo sawia.
   Wakampoteza mwana, angali bado mdogo.

9. Baba Joti na Mama Joti.
   Mwisho tuache ajizi, jamii tuweke nia,
   Elimu hii azizi, si budi kukazania,
   Katika yetu malezi, vijana kuwaachia,
   Hapo tutafanikiwa, kulinda jamii yetu.

Pembe Zake

1. Siku moja swala jike, alikwenda kisimani,
   Kutimiza lengo lake, anywe maji pembezoni,
   Kisha swala aondoke, arudi kula majani,
   Uzuri wa pembe zake, swala umemtatiza,

2. Akiwa yu kisimani, manusura ashituke,
   Alipojiona ndani, ya maji taswira yake,
   Ndipo alipobaini, ulivyo uzuri wake,
   Uzuri wa pembe zake, swala umemtatiza.

3. Ukamfanya acheke, akiamini bayani,
   Zavutia pembe zake, bora zisizo kifani,
   Hata wanyama wenzake, na zake hazifanani,
   Uzuri wa pembe zake, swala umemtatiza.

4. Aliziona jamala, hakuna mfano wake,
   Za paa naye tandala, hazifikii za kwake,
   Alifurahika swala, furaha moyoni mwake,
   Uzuri wa pembe zake, swala umemtatiza.

5. Akaona ageuke, sasa arudi porini,
   Kisimani aondoke, arejee malishoni,
   Ndipo sasa sekeseke, simba yupo karibuni,
   Uzuri wa pembe zake, swala umemtatiza.

6. Swala hakusubiria, simba pale amfike,
   Alianza kukimbia, kushikwa anusurike
   Simba akimuhofia, asiwe chakula chake,
   Uzuri wa pembe zake, swala umemtatiza.

7. Ndipo mshikemshike, swala mbio atimua,
   Akiyarusha mateke, akidunda na kutua,
   Ili mbali ajiweke, simba asije muua,
   Uzuri wa pembe zake, swala umemtatiza.

8. Ni ghafula bini vuu, akabaki hana lake,
   Amekwama juujuu, alipotaka aruke,
   Zimenasa pembe tuu!, zamfanya asitoke,
   Uzuri wa pembe zake, swala umemtatiza.

9. Amejinasa kambani, akiwa na jekejeke,
   Kabaki na laitani, afanyeni anasuke?
   Simba pasipo utani, kafika pahala pake,
   Uzuri wa pembe zake, swala umemtatiza.

10. Tama swala analiya, yamemuisha makeke,
    Pembe alozisifiya, zafanya asichomoke,
    Kabaki kuzichukiya, daima asizitake,
    Uzuri wa pembe zake, swala umemtatiza.

Lugha Yetu

1. Naanza bila mashaka, kutunga kwa ukamili,
   Huku nikifurahika, kusemea jambo hili,
   Ambalo ninahakika, kwetu ndio muhimili,
   Lugha yetu Kiswahili, inatupa ufahari.

2. Lugha inayotumika, na watu kila mahali,
   Si pekee Afrika, Asia na huko mbali,
   Kote inafahamika, lugha yetu Kiswahili,
   Lugha yetu Kiswahili, inatupa ufahari.

3. Pamoja inatuweka, tunaitwa Waswahili,
   Twaongea na kucheka, Wazaramu kwa Wandali,
   Ukabila umetoka, ni neema si muhali,
   Lugha yetu Kiswahili, inatupa ufahari.

4. Tunapashana habari, lugha tukiitumia,
   Twajua yanayojiri, pande zote za Dunia,
   Lugha inatupa ari, mengi kujifahamia,
   Lugha yetu Kiswahili, inatupa ufahari.

5. Hii ni kuu fahari, hapa kwetu Tanzania,
   Kuwa na lugha tajiri, si budi kujivunia,
   Maneno iloshamiri, misemo, nahau pia,
   Lugha yetu Kiswahili, inatupa ufahari.

6. Kiswahili mashuhuri, si kwamba nakisifia,
   Kimepambika vizuri, ndugu zangu nawambia,
   Yani hakina dosari, dhahiri kimetimia,
   Lugha yetu Kiswahili, inatupa ufahari.

7. Sasa tuweni timamu, Kiswahili kutetea,
   Tusikubali dawamu, lugha ikateketea,
   Hivyo inatulazimu, makosa kuyakemea,
   Lugha yetu Kiswahili, inatupa ufahari.

8. Tama hapa nahitimu, mengi nimeshaongea,
   Japo bado ninahamu, kutaka kuendelea,
   Vema tukawa walimu, watu wanapokosea,
   Lugha yetu Kiswahili, inatupa ufahari.

Urithi wa Shamba

1. Ulipoisha msiba, ndipo kikaja kimbembe,
   Kuhusu mali za baba, pale chini ya muembe.

2. Ndipo zikaja hadithi, kuwa sisi tusipewe,
   Mali zote za urithi, inabidi tutunziwe.

3. Katika kuomba omba, wakaridhi mashangazi,
   Tupewe kale kashamba, kisicho mingi minazi.

4. Tuweze kujiendesha, hadi nitakapo kuwa,
   Mama yangu hakubisha, shamba tukalichukuwa.

5. Tukayaanza maisha, yaloongozwa na dua,
   Shamba tukiliendesha, kwenye Jua na mvua.

6. Huku tukipata shida, tukazidi kukomaa,
   Pasipo na msaada, wa ndugu wala jamaa.

7. Mateso na nyingi tabu, kweli zilituandama,
   Hadi pale maajabu, ikawaka nyota njema.

8. Jama urithi wa shamba, mefanya tume nyanyuka,
   Tumejenga tatu nyumba, na umeme tumeweka.

9. Twatembelea magari, ambayo hayajachoka,
   Tunayo yaloshamiri, yenye thamani maduka.

10. Ninashukuru wanangu, shule nzuri wasoma,
    Ananiwezesha Mungu, japo mie nilikwama.

11. Wale walotudhulumu, leo wanaona haya,
    Kabisa ndugu wa damu, wabaki kugwayagwaya.

12. Vichwa wanaweka chini, ninapo wasalimia,
    Kwa sauti za huzuni, salamu waitikia.

13. Wamekua masikini, urithi wote hawana,
    Pia hawaelewani, wenyewe wanagombana.

14. Leo nasi tunatamba, hatumsumbui mtu,
    Tunafurahi ya kwamba, tuna vya thamani vitu.

15. Hatuviibi vya watu, alivyowapa Karima,
    Bali ni zetu papatu, kukazania kulima.

16. Twapata kwa nguvu zetu, mwenyewe tukijitesa,
    Twavuna mazao yetu, twauza twapata pesa.

17. Malipo ni duniani, kwalo tumethibitisha,
    Jambo hilo si utani, mengi limetufundisha.

18. Tutendeni sana haki, vitu sawa tugawane,
    Kabisa tusiafiki, kuwaonea wajane,

19. Hapa jama ukingoni, mnenaji natuama,
    Ninawaomba acheni, kuwadhulumu yatima.

Sifai

1. Nimemgundua tai, kulea kuku hawezi,
   Nimegundua masai, asiliye hapotezi,
   Nimegundua papai, halidumu kama nazi,
   Nijionavyo sifai, mie kuwa kiongozi,

2. Mwenzenu miye laghai, hili nimelitambuwa,
   Ninaye ahidi chai, kisha nikaleta muwa,
   Vazi hili silivai, zito kwangu litakuwa,
   Nijionavyo sifai, mie kuwa kiongozi.

3. Pili nina majidai, napenda kujifutuwa,
   Imenitanda nishai, wananchi wanijuwa,
   Nikaapo hawakai, naona wanachafuwa,
   Nijionavyo sifai, mie kuwa kiongozi.

4. Mimi kuwa kiongozi! ambaye sina busara,
   Mtu nisiye mjuzi, niliyejawa papara,
   Sanjari nayo ajizi, hii jama ni hasara,
   Nijionavyo sifai, mie kuwa kiongozi.

5. Ninenavyo si uongo, ndugu msitamalaki,
   Mie nipewapo hongo, ninakandamiza haki,
   Naitibua mipango, nayaunda mafataki,
   Nijionavyo sifai, mie kuwa kiongozi.

6. 'Meona bora kusema, mie mwenye upotofu,
   Uongozi una dhima, watakata uadilifu,
   Utapotambua hima, lazima upate hofu,
   Nijionavyo sifai, mie kuwa kiongozi.

7. Saba hapa tamatini, nimejipima mwenyewe,
   Nikajua yamkini, uongozi nisipewe,
   Baada ya tathimini, sasa vipi kwako wewe?
   Nijionavyo sifai, mie kuwa kiongozi.

Kivazi Chako

1. Hichino kivazi chako, jamani kinaniua,
   Kinaniua mwenzako, bila hata kuugua,
   Pia chanipa kimako, hakika chanizuzua,
   Ayi! Kivazi chako.

2. Tukiwa kwenye mtoko, chafanya najifutua,
   Nikawa na muondoko, uliokua murua,
   Hakinipi sokomoko, chefu kikanichefua,
   Ayi! Kivazi chako.

3. Tukiwa katika soko, bidhaa tukinunua,
   Kinauzua mchoko, watakapo kukujua,
   Haswa wauza choroko, maozi wayatumbua,
   Ayi! Kivazi chako.

4. Ni kivazi mujarabu, kwa kina nimechungua,
   Huwa hakikupi tabu, ayuni kukusumbua,
   Kikakutia gadhabu, utamani kukivua,
   Ayi! Kivazi chako.

5. Ni kivazi cha adabu, sitara kutopungua,
   Wamethibiti mababu, sawia kukichagua,
   Ndipo napata sababu, kukikingia kifua,
   Ayi! Kivazi chako.

6. Tama natoa jawabu, dogo umbo ninatua,
   Usiiwache nikabu, wakaona yako pua,
   Sanjari nayo hijabu, mwili ukaufunua,
   Ayi! Kivazi chako.

Sauti ya Jalalani

1. Napaza sauti yangu, kote iweze sikika,
   Kwa niaba ya wenzangu, pia nami muhusika,
   Ije kwenu walimwengu, muisikilize fika,
   Napaza sauti hii, kutokea jalalani.

2. Naipaza kwa uchungu, muweze kumakinika,
   Mtambue ndugu zangu, wenzenu tunateseka,
   Kwayo matatizo chungu, ambayo yanatufika,
   Napaza sauti hii, kutokea jalalani.

3. Sisi ni machokoraa, ni ukweli si dhihaka,
   Sababu tunapokaa, huku zitupwapo taka,
   Kutoka kwenye mitaa, mwezetu mnapotoka,
   Napaza sauti hii, kutokea jalalani.

4. Kula kwetu kwenye jaa, jamani ni patashika,
   Ni makombo kuyatwaa, yale yaloharibika,
   Na vingine visofaa, muda vilomalizika,
   Napaza sauti hii, kutokea jalalani.

5. Jamani yetu mavazi, nguo zilizochanika,
   Pili ni shida malazi, takani twajifutika,
   Magonjwa ni waziwazi, wana wenu yatushika,
   Napaza sauti hii, kutokea jalalani.

6. Ombi letu mmaizi, chanzo chetu kwa hakika,
   Kukosa mema malezi, mabaya makundirika,
   Kufariki kwa wazazi, migogoro kadhalika,
   Napaza sauti hii, kutokea jalalani.

7. Kisha mshike hatamu, janga liweze toweka,
   Kwa kuitoa elimu, na vizuizi kuweka,
   Adha hii kuikimu, jamii itaponyeka,
   Napaza sauti hii, kutokea jalalani.

8. Tama hapa nahitimu, machozi yatiririka,
   Sauti hii adhimu, sasa inahitimika,
   Lichukueni jukumu, wasizidi miminika,
   Napaza sauti hii, kutokea jalalani.

Dunia Yanitatiza

1. Dunia hii Dunia, jamani yaniduwaza,
   Mawazo yaniachia, kila ninapoiwaza,
   Nashindwa jisaidia, Dunia kuiangaza,
   Yanitatiza Dunia!

2. Dunia tambara bovu, wapo wanaonambiya,
   Yahitaji utulivu, si pupa kuipupiya,
   Ukijifanya mtovu, adabu itakutiya,
   Yanitatiza Dunia!

3. Dunia jama hadaa, hunena wazazi wangu,
   Wakimsifu shujaa, aitwaye ulimwengu,
   Akanyae wasofaa, kwa viboko na virungu,
   Yanitatiza Dunia!

4. Dunia mti mkavu, hayo kaamba Muyaka,
   Tena ulo mtakavu, ni rahisi kuvunjika,
   Ukitumia mabavu, madhila yatakufika,
   Yanitatiza Dunia!

5. Dunia ati! sinia, wengine wanieleza,
   Yahitaji kutulia, kuchota unachoweza,
   Hovyo ukiiingia, patupu utatoweza,
   Yanitatiza Dunia!

6. Dunia rangi rangile, wananambia wakuu,
   Wakitaka nitambule, si nyekundu si buluu,
   Nambwa nisiivamile, nitavunjika miguu,
   Yanitatiza Dunia!

7. Namaliza karatasi, nudhuma yatamatika
   Dunia mwendo wa ngisi, hilino nimelishika,
   Chonde hima mafarisi, nataka kusaidika,
   Yanitatiza Dunia!

Baba Popote Ulipo

1. Ngawa hata siku moja, sijakutia machoni,
   Kwangu hilo sio tija, bado upo mtimani,
   Uje nikuvishe koja, na nyingi tele nishani,
   Baba yangu nakungoja, tuketi sote mezani,
   Baba popote ulipo, nijibu maswali yangu.

2. Maswali yangu nijibu, ili nipate baini,
   Nielewe mujarabu, kutoka kwako kinywani,
   Hivi ni ipi sababu, ukakimbia nyumbani?
   Mama akapata tabu, pindi nikiwa tumboni,
   Baba popote ulipo, nijibu maswali yangu.

3. Pili wajua maisha, ya watu wa kijijini,
   Kipi kilikukwamisha, kutuma japo thumuni?,
   Kutuwezesha lahasha, tupate japo sabuni,
   Hilo hukufanikisha, niambie kulikoni?
   Baba popote ulipo, nijibu maswali yangu.

4. Na wakati uko huko, tuseme ughaibuni,
   Haukupata sumbuko, kukumbuka ikhiwani?,
   Yukoje mwandani wako, na hali yake ni gani?
   Na vipi kiumbe chako, kishatoka duniani?
   Baba popote ulipo, nijibu maswali yangu.

5. Uchungu unanikaba, ninaumia moyoni,
   Hebu nakuomba baba, dadavua kwa yakini,
   Hukusikia msiba, wa mama yangu jamani?
   Kafa kwa kukosa tiba, pale hosipitalini,
   Baba popote ulipo, nijibu maswali yangu.

6. Baba popote ulipo, hata iwe Uchinani
   Ujumbe uupatapo, jibu pasi upinzani,
   Kisha tuma papo hapo, kwa mtu ama garini,
   Nijuwe wako uwepo, na sababu za undani,
   Hitimisho lije ndipo, nirejee furahani,
   Baba popote ulipo, nijibu maswali yangu.

7. Tama ni mimi ambae, balozi wa jalalani,
   Mtoto nikupendae, upendo uso kifani,
   Maswali yangu yatwae, majibuyo natamani,
   Jina langu Hoehae, ama Mkata Majani,
   Baba popote ulipo, nijibu maswali yangu.

Penzi Lianzapokufa

1. Pulikani tafadhali, leo ninawahitaji,
   Enyi wapenzi wa kweli, na wale watazamaji,
   Mje mjifunze hili, muepuke kufa maji,
   Penzi lianzapo kufa, dalili zake ni hizi.

2. Kwanza, mawasiliano, kasi yake hupunguwa,
   Hayawi masemezano, ja mwanzo yalivyokuwa,
   Hata soga na vigano, hukoma pasi kujuwa,
   Penzi lianzapo kufa, dalili zake ni hizi.

3. Pili, ni mifarakano, hutokea kila mara,
   Muda wote mivutano, ambayo haina dira,
   Huwa shida mapatano, hii ni mbaya bishara,
   Penzi lianzapo kufa, dalili zake ni hizi.

4. Tatu jambo la dharau, huanza kuonekana,
   Kuonana mabahau, kwenye vitu viso ma'na,
   Wakati kumbe walau, mwaweza eleweshana,
   Penzi lianzapo kufa, dalili zake ni hizi.

5. Nne kuaminiana, huwa ni kitendawili,
   Kwake bibi pia bwana, hutimu kwao wawili,
   Mitego hutegeana, ashikwe mwizi kamili,
   Penzi lianzapo kufa, dalili zake ni hizi.

6. Tano jama ni mipaka, kwenye baadhi ya mambo,
   Navyo vitu kadhalika, huzuiliwa mwajimbo,
   Hapo sasa ni hakika, penzi limeenda kombo,
   Penzi lianzapo kufa, dalili zake ni hizi.

7. Mwisho ninarudi kwenu, lau kidogo semeni,
   Nipate maoni yenu, na maswali ulizeni,
   Wekeni dalili zenu, ambazo mmebaini,
   Penzi lianzapo kufa, dalili zake ni hizi.

Mtetezi

1. Mtetezi wa wanyonge, wewe ndio watufaa,
   Nyumba yetu ya msonge, leo ina manufaa,
   Unaondoa mazonge, yaletayo kuzubaa.

2. Mkombozi wa wanyonge, umetuwashia taa,
   Unapoondosha ng'e, wanaoleta balaa,
   Tandu, nyoka nao kenge, vyumbani waliojaa.

3. Mtetezi wa wanyonge, unatufanya twapaa,
   Uchumi wetu usonge, kuzidi wetu jamaa,
   Zidisha kasi tukonge, nyumba isiwe na njaa.

4. Mtetezi wa wanyonge, kamba siwalegezee,
   Nganganga baba ifunge, kisha vema ikomee,
   Halafu sasa tupange, tuzidi kusonga mbee.

5. Mtetezi wa wanyonge, wale usiwachelee,
   Wayaibayo matonge, nyumba ibakie pee,
   Kabisa hao wafunge, tabia isirejee.

6. Tama baba wa wanyonge, ni kweli sikusifii,
   Unatufanya turinge, katika yetu jamii,
   Ijapo chetu kilinge, wanakifanyia fii.

Miti Iliyonjiani

1. Dhahiri walichonena, siwezi katu kubisha,
   Siwezi tena na tena, mana nimethibitisha,
   Hakika sasa nanena, ili kwenu kufikisha,
   Miti iliyo njiani, huwa haikosi donda.

2. Pindi uendapo shamba, maozi kando pitisha,
   Katika miti membamba, na minene ya kutisha,
   Utagundua ya kwamba, uneni kuhakikisha
   Miti iliyo njiani, huwa haikosi donda.

3. Vidonda vimejipanga, hilo utadhihirisha,
   Vya visu, fimbo mapanga, waja wamevipitisha,
   Miti wakaicharanga, kwa zana kujaribisha,
   Miti iliyo njiani, huwa haikosi donda.

4. Kama barafu naganda, utungo nahitimisha,
   Yaangazeni mawanda, huku mkilinganisha,
   Mjue hili jazanda, nini walimaanisha,
   Miti iliyo njiani, huwa haikosi donda.

Huruma ya Mbuni

1. Pulikani pulikani, nawaomba utayari,
   Ninene yaliyo ndani, yalotokea dahari,
   Mbuni naweka bayani, mjue hii habari,
   Huruma imeniponza, imefanya nisiruke.

2. Leo nasema wenzangu, niliyoitunza siri,
   Ya zama tangu na tangu, lipopata ufakiri,
   Kupungua mwili wangu, manyoya yale titiri,
   Huruma imeniponza, imefanya nisiruke.

3. Niliyekuwa zamani, ndege aliye mahiri,
   Niliyeruka hewani, nikalitazama pori,
   Wengine wakatamani, zangu kikirikikiri,
   Huruma imeniponza, imefanya nisiruke.

4. Ndege wengi kwa mafungu, wakawa wananijia,
   Kichozi, yange, kipungu, kuja kuniangalia,
   Kuona uwezo wangu, miti nikiidandia,
   Huruma imeniponza, imefanya nisiruke.

5. Siku hiyo ni angani, upepo najipungia,
   Wakaja ndege fulani, mbuni wakaniambia,
   Ati! nitue mbugani, wengi wanisubiria,
   Huruma imeniponza, imefanya nisiruke.

6. Wakiwa wenye uchungu, huku wakinililia,
   Wataka manyoya yangu, waende kuyatumia,
   Wakaapia kwa Mungu, mimi kunirudishia,
   Huruma imeniponza, imefanya nisiruke.

7. Sana nikawatazama, nikataka kukataa,
   Manyoya kuwaazima, isijenipa mawaa,
   Lakini yangu huruma, ikawa imenijaa,
   Huruma imeniponza, imefanya nisiruke.

8. Nikaanza wagaia, na wao wakayatwaa,
   Mwilini wakayatia, mawinguni wakapaa,
   Eti! watanipatia, baada ya moja saa,
   Huruma imeniponza, imefanya nisiruke.

9. Tama nikateketea, wameifanya hadaa,
   Ninabaki natembea, wao nikiwashangaa,
   Wamegoma niletea, wameniachia baa,
   Huruma imeniponza, imefanya nisiruke.

Kipi Nimewafanyia

1. Hakika hakuna jema, katika hii Dunia,
   Ata vipi uwe mwema, hila watakufanyia,
   Mpaka haya nasema, sana nimefikiria,
   Kipi nimewafanyia?

2. Wanapoiona ngema, ndipo wanisukumia,
   Hawapendi nikihema, kwao wao ni udhia,
   Wakiniona nadema, ndipo wanafurahia,
   Kipi nimewafanyia?

3. Kipi nimewaibia, nambieni wanadama?
   Nijue yangu hatia, neneni nilipowama,
   Sio kunisakazia, dhahama nifike tama,
   Kipi nimewafanyia?

4. Wanafanya kila njia, nyota yangu kuizima,
   Maji wanaimwagia, mengi siyo ya kupima,
   Kumbe kuu yao nia, wasinione daima,
   Kipi nimewafanyia?

5. Ela ninawaambia, tunaye wetu Karima
   Anayetusimamia, mwenye kutupa uzima,
   Moto wanaopalia, yeye ndio atazima,
   Kipi nimewafanyia?

Rafiki wa Kweli

1.   Hilo nimelisadiki, si leo tangu zamani,
     Katika raha na dhiki, hauniachi njiani,
     Wewe umeniafiki, wakututenga ni nani?
     Katu mimi sidiriki, kamwe haiwezekani,
     Itambue halaiki, wewe ndiye namba wani,
     Wewe ni wangu rafiki, halinalo ubishani,
     Wewe ni rafiki yangu, rafiki yangu wa kweli.

2.   Si sifa nakusifia, zile zisizo maani,
     Unayo njema tabia, bora isiyokifani,
     Mimi inanivutia, yaniweka furahani,
     Wafanya zangu hisia, nikaziweka bayani,
     Wengine kuwafikia, wakaijua thamani,
     Kwayo nilokusudia, yakafika hadi ndani,
     Wewe ni rafiki yangu, nakupenda ushairi.

Nimetulia

1. Nivumatile kitambo, mwenzao nawatazama,
   Wazifanyapo tatambo, majungu na uhasama,
   Sishangai vijimambo, ada yao wanadama,
   Ni tuli nimetulia, sio kwamba siwaoni.

2. Wakina ngoma imumo, wanazidi niandama,
   Wanakuja na mifumo, lengo wanipe nakama,
   Wanataka langu chumo, walione linazama,
   Ni tuli nimetulia, sio kwamba siwaoni.

3. Lishalovusha si dau, ona wanalisakama,
   Waliletea dharau, kwa nyodo wakilalama,
   Madai wamesahau, ng'ambo walipotuama,
   Ni tuli nimetulia, sio kwamba siwaoni.

4. Si hapa kwao ni kule, hilo wanajua jama,
   Hawataki niwe mule, wananifanyia njama,
   Naambwa niwe kefule, nibaki hivyo dawama,
   Ni tuli nimetulia, sio kwamba siwaoni.

5. Mchama ago hanyile, hapa ndipo nasimama,
   Msemo niwaachile, ulonenwa tangu zama,
   Uneni waushikile, njeku hashindwi na ndama,
   Ni tuli nimetulia, sio kwamba siwaoni.

Mama Chura na Ng'ombe

1. Amkeni amkeni, ndugu ninawaamsha,
    Kwa utulivu kaeni, nataka kuwakumbusha,
    Naomba sikilizeni, kisa cha kuhuzunisha,
    Kisa cha azali, cha chura na ng'ombe.

2. Alikuwa mama chura, pamoja na watotowe,
    Alo mpole wa sura, sijaona mfanowe,
    Kandoni mwa barabara, aliishi na wanawe,
    Kisa cha azali, cha chura na ng'ombe.

3. Mama chura siku zote, watoto aliwapenda,
    Alifanya mambo yote, watotowe kuwalinda,
    Lengole wakuwe wote, hawano watoto kenda,
    Kisa cha azali, cha chura na ng'ombe.

4. Mama huyo kawaida, kila siku huondoka,
    Na kurejea baada, shambani anapotoka,
    Ilikuwa yake ada, chakula kwenda kusaka,
    Kisa cha azali, cha chura na ng'ombe.

5. Siku moja 'lirejea, akayakuta maafa,
    Nyumbani yametokea, wana kadha wamekufa,
    Hivyo pasi kuchelea, akataka taarifa,
    Kisa cha azali, cha chura na ng'ombe.

6. Wana waliobakia, ikawabidi waambe,
    Yakuwa aliingia, mnyama mwenye mapembe,
    Nao mrefu mkia, ndipo kikawa kimbembe,
    Kisa cha azali, cha chura na ng'ombe.

7. Chura akataka juwa, huyo mnyama ajile
    Namna alivyokuwa, sawa na lake umbole,
    Chura akajifutuwa, ili wana wamuole,
    Kisa cha azali, cha chura na ng'ombe.

8.   Akazidi wauliza, huku amekasirika,
     Chura akikisitiza, waone alivyofika,
     kwani amejituniza, karibia kuchanika,
     Kisa cha azali, cha chura na ng'ombe.

9.   Jibu wakampatia, atambue kwa haraka,
     Mnyama alowajia, ni mkubwa kwa hakika,
     Hawezi kulingania, na panya wala na paka,
     Kisa cha azali, cha chura na ng'ombe.

10. Hasira zikamzidi, tena akatutumka,
     Kaongezeka zaidi, ili ng'ombe kumvuka,
     Masikini! mkaidi, ghafula akapasuka,
     Kisa cha azali, cha chura na ng'ombe.

11. Tama naishia hapa, namaliza kisakale,
     Hadithi niliyowapa, inayo mafunzo tele,
     Ili msitoke kapa, fikirini kwa makele,
     Kisa cha azali, cha chura na ng'ombe.

Mama Nimekukumbuka

1. Nimekukumbuka mama, ni mimi mtoto wako,
   Nasaha nazo hekima, nazitamani mwenzako,
   Kwangu zilikuwa njema, zilonipa muamko,
   Mama nimekukumbuka, nimekukumbuka mama.

2. Manenoyo ya mficho, leo mama yanifaa,
   Yanifanya niwe macho, mabaya kuyakataa
   'Nipende nilichonacho', niiepuke tamaa,
   Hicho ni kitu ambacho, kimeniwashia taa.

3. Ijapo yangu elimu, sikumaliza masomo,
   Karo sikuweza kimu, ilikuwa na mikwamo,
   Nikashindwa kuhitimu, ndipo ikawa kikomo,
   Sasa ya kwangu hatamu, ingali kwenye kilimo.

4. Ingawa nademadema, ila mwanao nasonga,
   Ninayakabili vema, yote yanayonizonga,
   Kwa zake Mola neema, na mimi sikosi unga,
   Siwi mkataa pema, mabaya yakanizonga.

5. Nakumbuka mama yangu, wakati unaugua,
   Ulinena kwa uchungu, ujumbe nikachukua,
   Niwalee ndugu zangu, pasipo kuwabagua,
   Huo si mzigo kwangu, na katu sitautua.

6. Upendo pia nidhamu, sana uliniusia,
   Kuwapenda wanadamu, hata wakinichukia,
   Nisilipize dawamu, mabaya kuwafanyia,
   Nasaha zako muhimu, nuru zinanipatia.

7. Sasa hapa nakomea, nishafika tamatini,
   Nyasi nimeshang'olea, hapa kwako kaburini,
   Dua ninakuombea, ulazwe pema peponi,
   Mama nimekumbuka, nimekukumbuka mama

Ndege Mvuka Bahari

1. Kisa hiki cha azali, naomba mkisikize,
    Kwa utulivu wa hali, akili muitulize,
    Ili iwe afadhali, lengole tulitimize,
    Ndege mvuka bahari.

2. Habari ya ndege huyu, alotoka maporini,
    Akaiacha mikuyu, mininga na mipaini,
    Kwa mwendo wa mbayuwayu, akaingia mjini,
    Ndege mvuka bahari.

3. Akiamini kichwani, mjini ndipo pafaa,
    Kuna milo si utani, shibe imetapakaa,
    Vyakula vi mitaani, mpaka kwenye majaa,
    Ndege mvuka bahari.

4. Kwenye juma la awali, akaanza ona mbinde,
    Akenda kila mahali, asiambue kipande,
    Cha mnofu na ugali, aendapo kiloa pande.
    Ndege mvuka bahari.

5. Akadhani ni ugeni, huwenda wamsumbua,
    Wamtia mashakani, mji kuto kuujua,
    Hivyo apate fulani, aweze kumzindua,
    Ndege mvuka bahari.

6. Akatafuta rafiki, wakawa waranda wote,
    Leo mara Urafiki, Feri na majaa yote,
    Kuisakanya riziki, ili mlo waupate,
    Ndege mvuka bahari.

7. Lo! masikini dhiki, ikawafumbata kati,
    Mingi mikiki mikiki, ila chembe hawapati,
    Chochote hawakishiki, waambulia manati,
    Ndege mvuka bahari.

8. Ikawa ni tafarani, kila ndege kenda kwake,
   Asitake kubaini, juu ya rafiki yake,
   Kila 'moya akidhani, ana mkosi mwenzake,
   Ndege mvuka bahari.

9. Kipungu akaamua, aende kuishi pwani,
   Huko ndiko kachagua, pawe kwake masikani,
   Maana alitambua, hakuna purukushani,
   Ndege mvuka bahari.

10. Pwani alokimbilia, haikumpa salama,
    Kwani kutwa alilia, watu wakimuandama,
    Samaki awaibia, wakamtaka kuhama,
    Ndege mvuka bahari.

11. Ndipo alipewa wazo, aweze vuka bahari,
    Aende paso mizozo, kwenye kisiwa kizuri,
    Aweze pata tulizo, ale vyakula vizuri,
    Ndege mvuka bahari.

12. Matunda nazo nafaka, huko zimerundikana,
    Ati! hakuna wahaka, wa manati kupigana,
    Afanye anavyotaka, huko raha imefana,
    Ndege mvuka bahari.

13. Habi! jamani kipungu, akaipanga safari,
    Akiwa yu wanguwangu, kishamezwa na habari,
    Hakutaka walimwengu, waweze wamshauri,
    Ndege mvuka bahari.

14. Mapema alfajiri, kipungu aliamka,
    Akaanza kusafiri, ili awahi kufika,
    Akiwa yuko tayari, juu akapeperuka,
    Ndege mvuka bahari.

15. Mbali mno akapaa, huku akifurahika,
    Zaidi ya moja saa, pasipo tembe ya shaka,
    Na yake kubwa tamaa, moyoni ameiweka,
    Ndege mvuka bahari.

16. Akiwa bado angani, akaanza hisi choka,
    Kutua akatamani, aweze kupumzika,
    Bali ooh! masikini, hakuwa na pakushuka,
    Ndege mvuka bahari.

17. Si mti wala si jani, aloweza kuliona,
    Atue lau mtini, Ili aweze kupona,
    Aipate salimini, nguvu zirejee tena,
    Ndege mvuka bahari.

18. Kipungu yu taabani, hapati alohitaji,
    Pakutua hapaoni, amezungukwa na maji,
    Huzuni jama huzuni, imetanda lake paji,
    Ndege mvuka bahari.

19. Sasa kipungu basi, hana wa kumtetea,
    Kwa mwendo wa sarakasi, chini anaelekea,
    Tena ashuka kwa kasi, huku akipeapea,
    Ndege mvuka bahari.

20. Akiwa arudi chini, mengi alifikiria,
    Haswa kwao maporini, kwanini alikimbia?
    Anaumia rasini, anabakia kulia,
    Ndege mvuka bahari.

21. Kama tatizo chakula, mbona kwao alipata,
    Tena kilicho jamala, wala pasipo matata,
    Vyakula kila mahala, bila mikingamo hata,
    Ndege mvuka bahari.

22. Akakumbuka wazazi, mengi walomuusia,
    Mengi yalo na uwazi, aweze yafuatia
    Kama kuzifanya kazi, ila alipuuzia,
    Ndege mvuka bahari.

23. Doo! kwenye maji pwacha!, kipungu ameingia,
    Mabawa na zake kucha, zashindwa msaidia,
    Uhai anauacha, mauti yamvamia,
    Ndege mvuka bahari.

24. Hapa namaliza kisa, nawaomba mkitunze,
    Nawarai tangu sasa, kuhadithia muanze,
    Wengine mkiwaasa, ili nao wajifunze,
    Ndege mvuka bahari.

Nawakumbusha Malezi

1. Ijapo sijabobea, ila ninao ujuzi,
   Wa hili kulisemea, uondoke upuuzi,
   Wa wana kuwachelea, katika yao makuzi,
   Kwa kutokuwaekea, iliyo bora mizizi,
   Wakabaki tokomea, kwenye mwingi utelezi,
   Wakashindwa elekea, mnapotoka wazazi,
   Vijana wakapotea, wakawa kama machizi.

2. Leo ninawaletea, somo hili elekezi,
   Ili muweze walea, watoto wa zama hizi,
   Ambao mwawachekea, mkisema wana ndwezi,
   Hovyo wakajiendea, mithiri ya wakimbizi,
   Kwengine wakalowea, kwenye mabaya makazi,
   Kesha ikapelekea, kuwaonea mbawazi,
   Nchi ikatekea, takosa wafanyakazi.

3. Mwana unapomlea, yatakiwa kumaizi,
   Yale anayokosea, usiifanye ajizi,
   Yatakiwa kuongea, ili atambue wazi,
   Asiweze yarejea, akakuudhi mzazi,
   Makosa kuyakemea, sifanye upatilizi,
   Sio kumlegezea, afanyapo ubazazi,
   Mwisho wake hupotea, wakajawa na ubozi.

4. Tamati niloongea, maneno hayo ni vazi,
   Ambalo 'mewashonea, kwa yangu tele maozi,
   Vito nimeliwekea, kwa kuvipanga kwa ngazi,
   Vyema litawaenea, halina kipingamizi,
   Vaeni na kutembea, mkitimiza ulezi,
   Hayatoshi mabembea, kulea jama ni ghazi,
   Alo bora mtetea, kulea kwake si kazi.

Limeniliza

1. Ni wazi limeniliza, jibu ulonipatiya,
   Rasi limeniumiza, muda wote ninaliya,
   Ndipo likanihimiza, haya kukuandikiya,
   Ingawa linaumiza, sina budi kuridhiya.

2. Yote uliyoeleza, nyonda yamenifikiya,
   Japo yamenikereza, vidonda yametiya,
   Ila siwezi yabeza, halafu nikatuliya,
   Ingawa linaumiza, sina budi kuridhiya.

3. Iweje haukuweza, hata tu kunigusiya,
   Pale nilipoteleza, haraka kuniambiya,
   Yakuwa mie nacheza, ninaikosea ndiya,
   Ingawa linaumiza, sina budi kuridhiya.

4. Kipi kilikutatiza, hadi kuninyamaziya?
   Ule usiku wa giza, taa hukuniwashiya?
   Kumbe nilikuwa viza, ila ulinitamiya,
   Ingawa linaumiza, sina budi kuridhiya.

5. Utungo naumaliza, ninamuomba Jaliya,
   Aweze kukutuliza, kwenye yako familiya,
   Mazuri kuyatimiza, nibaki nashuhudiya,
   Ingawa linaumiza, sina budi kuridhiya.

Mzungu na Mbwa Wake

1. Leo chini ya mvule, ninawaita njooni,
   Kutoka huko nakule, niwajuze kulikoni,
   Cha ukweli kisakale, kilotokea Amboni.
   Mzungu na mbwa wake, waliozuru mapango.

2. Kuingia mapangoni, ulikuwa ni mpango,
   Aweze pata uoni, yalokuwa kwenye pango,
   Ijapo kwake moyoni, kumbe ameficha lengo,
   Mzungu na mbwa wake, waliozuru mapango.

3. Na kama ilivyoada, kupata alohitaji,
   Akaweza lipa ada, kupata muongozaji,
   Ili isiwe ni shida, kwenye utekelezaji,
   Mzungu na mbwa wake, waingie mapangoni.

4. Kijana alo makele, akaanza bila wasi,
   Kumjuza mambo tele, yasiyo na ukakasi,
   Yake Osango Otale, naye Paulo Hamisi,
   Wapinga wa ukoloni, waloishi mapangoni.

5. Mzungu haraka sana, kwa utuvu akaambwa,
   Akaambiwa bayana, ajue pasi kufumbwa,
   Pangoni humo hapana, kuingia naye mbwa,
   Ila akawa mbishi, asitake kusikia.

6. Ndipo mshike mshike, mzungu akaingia,
   Pamoja na mbwa wake, ndani wakatimkia,
   Muongozi asitake, sababu kashachukia,
   Pangoni katokomea, atimize lengo lake.

7. Si maungwana kiburi, hilo akilini tia,
   Mzungu yule jeuri, shidani akaingia,
   Pango lisilo na nuri, akazikosea njia,
   Kikatiza kitambo, wote pasi kurejea.

8. Ona ajabu ya Mungu, ikatokea masafa
   Baada ya siku chungu, wakapata taarifa,
   Kuwa mbwa wa mzungu, amekutwa amekufa,
   Pembezoni ya mlima, ule wa Kilimanjaro.

9. Hapa ninafika mwisho, kisa hakiendi mbele,
   Dhamiri sio kitisho, muogope kwenda kule,
   Ela natoa fundisho, msifanye kama yule,
   Hadi ninapoongea, hajaweza onekana.

Panauzwaje Barafu?

1. Wajuzi kutoka mbali, leo ninawaarifu,
   Mfike kwa kila hali, na majibu yakinifu,
   Niipate afadhali, kwayo maneno sadifu,
   Panauzwaje barafu, palipo mbwa mkali?

2. Jumba lile la azali, lililo katika safu,
   Lililo kuta aali, vigae nayo sakafu,
   Ndilo limenipa swali, lililo na ukakafu,
   Panauzwaje barafu, palipo mbwa mkali?

3. Ambalo hapa awali, tulienda kwa kuhofu,
   Kuhofu mbwa mkali, asitutoe minofu,
   Tukaenda ilihali, na mwingi uangalifu,
   Panauzwaje barafu, palipo mbwa mkali?

4. Sasa hivi ni jamali, atunayo tena hofu,
   Pamekuwa ni pahali, palipo na uongofu,
   Kunaye mzuri mwali, anayetupa barafu,
   Panauzwaje mabarafu, palipo mbwa mkali?

5. Tamati wenye adili, nijibuni niwasifu
   Majibu yalo kamili, nayo mifano nadhifu,
   Mnipe nazo dalili, msemayo yanikifu,
   Panauzwaje barafu, palipo mbwa mkali?

Karamu ya Maji

1. Siku moja mfalme, aliwaita kaumu,
   Wote wake na waume, wenye akili timamu,
   Pamoja nao aseme, kuhusu jambo muhimu,
   Akawapa mualiko, wafike kwenye karamu.

2. Mfalme alitaka, wafike kwenye karamu,
   Karamu ya uhakika, yenye vyakula vitamu,
   Na michezo kadhalika, ambayo hawafahamu,
   Hivyo watu wasikose, wafike kwenye karamu.

3. Akawaambia kweli, kuwa hakuna zuio,
   Watu wote wawasili, pasipo kiingilio,
   Ila tuu! chupa mbili, wote waje nazo ndio,
   Zenye mvinyo jamali, wanywe katika karamu.

4. Kisha akawaambia, mvinyo uwe chupani,
   Ukiwa umetimia, uonekane bayani,
   Mlinzi kumpatia, ili uingie ndani,
   Asiyebeba mvinyo, hataiona karamu.

5. Kati ya walokuwamo, alikuwepo Faraji,
   Apendaye mikingamo, kila kitu kukijaji,
   Mtu asiye na chumo, karamu alihitaji,
   Naye aliweka nia, kuhudhuria karamu.

6. Kweli siku hazigandi, kalamu ikawadia
   Watu makundi makundi, vitini wakatulia,
   Ila kimoja kipindi, ndicho wakisubiria,
   Cha mvinyo na chakula, wahitimishe karamu.

7. Kikapita kitambo, ngoma zikiendelea,
   Ngonjera, ghani na nyimbo,watu zikiwanogea,
   Ndipo likazuka jambo, wasilolitegemea,
   Kwamba walitangaziwa, kuwa hakuna chakula.

8. Wakiwa wanasubiri, ni jambo gani lifanywe
   Ikatolewa amri, ya mivinyo igawanywe,
   Kwenye idadi nzuri, ili watu wote wanywe,
   Ajabu walipokunywa, walipata mshangao.

9. Walotaka halikuwa, jambo walilotaraji,
   Chupa walizifunguwa, hazikukidhi hitaji
   Si mvinyo ulokuwa, ila yalijazwa maji,
   Kumbe wote walifanya, sio Faraji pekee.

10. Kweli fupi ya muongo, aionayo ni njia,
    Tumeujua mpango, mlotaka tufanyia,
    Mloufanya uongo, ninyi umewarudia,
    Mfalme alinena, akiwa na sikitiko.

11. Ukomo nimefikia, wakabaki wamechoka,
    walichokikusudia, kikawa kimeponyoka,
    Ndipo waliposikia, Faraji akiropoka,
    Ya kweli ujanja mwingi, mbele yake kuna kiza.

Jamani Nina Mzimu

1. Jamani nina mzimu, kuna kitu unataka,
   Sio pesa sio damu, si ngombe si kuku aka!
   Mzimu wanilazimu, nijikite kwa hakika,
   Nizitunge tungo tamu, zenye ladha ya Muyaka

2. Hakika wangu mzimu, wanisumbua jamani,
   Sio chungu sio ndimu, si kaniki si ubani,
   Mzimu wanilazimu, nijikite nudhumani,
   Nitunge tungo adhimu, zenye ladha ya Shabani,

3. Jamani sasa mzimu, vibaya wanikamata,
   Si pete si talasimu, si tunguli sio mbata,
   Mzimu wanilazimu, kalamu kuikamata,
   Nitunge tungo adimu, ja malenga wa mvita.

4. Ayi! Jamani mzimu, hapa sasa wanikifu,
   Si chano wala karamu, si kishingo si kinyafu,
   Mzimu wanilazimu, kutunga tungo fahafu,
   Nitunge tungo muhimu, kama Abdilatifu.

5. Ei! Jamani mzimu, wanifanya nasonona,
   Wataka vitu vigumu, siwezi mie naona,
   Mzimu wanilazimu, kalamu yangu kutona,
   Nitunge tungo zikimu, ja vile Mwanakupona.

Moto Uwakile

1. Hakika huu ni moto, moto uwakile,
   Uchomao si kitoto, uso mzimile,
   Ulio na jingi joto, hilo mtambule,
   Moto!

2. Hufika lake fukuto, huku hadi kule,
   Kote kukawa kumoto, kama uko pale,
   Sikae nao beneto, mtalia lele!.
   Moto!

3. Chonde toeni watoto, haswa walo mbele
   Msije pata majuto, wakapata ndwele,
   Au kuungua uto, kwa yake miale,
   Moto!

4. Waunguza hadi vito, vya kwao wavyele,
   Vilotunzwa kama pato, toka yao kale,
   Mawe, vyuma na kokoto, vyote viungule,
   Moto!

5. Tama ela huo moto, wenye upotole,
   Ajabu una mvuto, na nyingi kelele,
   Una Kitwa, pia, mato, lilivo umbole,
   Moto!

Hatamu Yangu

1. Sina ninachokijua, lakini sito nyamaa,
   Jukumu nalichukua, kumuokoa dagaa,
   Kwa nyavu kuifungua, mkabaki mwapumbaa,
   Eleweni!

2. Kawavueni vibua, madome, ngisi na taa,
   Kwake mtajisumbua, ni bure mwajihadaa,
   Mwenzenu kisha wajua, mtabaki mwazubaa,
   Zindukeni!

3. Mwajipanga madhubuti, mkienda mwachakaa,
   Hamuwezi tashititi, bwana yule ni balaa,
   Kwake pigeni saluti, kabla mjafubaa,
   Kubalini!

4. Vita hiyo vita gani, ya kikundi kwa mmoja,
   Mmetanda msituni, na mpanga mwamngoja,
   Hata haya hamuoni, kwa hivyo vyenu vihoja,
   Uonevu!

5. Kwa pamoja tuungane, tukiifata dhamira,
   Kwa semi tusemezane, tukiupinga ujura,
   Kwa nini tuchaguane, kama sare za vijora,
   Tuungane!

Ushairi si Uzee

1. Tuepuke kukariri, muda ushabadilika,
   Ujuzi wa ushairi, upo kwenye kila rika,
   Acha nivunje pingiri, watu waliyoiweka,
   Ushairi si uzee, dhana potofu ondoa!

2. Wapo vijana wazuri, mafundi wanosifika,
   Watungao kwa urari, shairi likaimbika,
   Tenzi zao machachari, hazina chembe ya shaka,
   Ushairi si uzee, dhana potofu ondoa!

3. Sasa tungo ni titiri, wa leo wanaandika,
   Zinazovuka bahari, watu wakaelimika,
   Bara nako Zanzibari, watunzi wamemwagika,
   Ushairi si uzee, dhana potofu ondoa!

4. Wamo wakongwe hodari, hili linafahamika,
   Watungiapo habari, msomaji humteka
   Pamwe huoni dosari, mithili yake Muyaka,
   Ushairi si uzee, dhana potofu ondoa!

5. Yapasa kutafakari, kisha ndio kutamka,
   Mshairi ni tajiri, wa lugha sio miaka,
   Atumie umahiri, ujumbe uwezefika,
   Ushairi si uzee, dhana potofu ondoa!

6. Ilikuwa ni dhamiri, ya somo kulipeleka,
   Jamii ipate kheri, dhana mbaya kutoweka,
   Wala isiwe shubiri, lengo mkakengeuka,
   Ushairi si uzee, dhana potofu ondoa!

Mshairi ni Kamusi

1. Mshairi zindukana, tungo unazozitunga,
   Utunge zenye maana, usiandike ja bunga
   Utumie lugha pana, na mipaka kuichunga,
   Mshairi ni kamusi, kuu inayotembea.

2. Tumia lugha mwanana, pia na viungo unga,
   Vilivyo vitamu sana, usisahau na kunga,
   Si maneno kufanana, beti kuziungaunga,
   Mshairi ni kamusi, kuu inayotembea.

3. Eleza mambo bayana, jiepushe na kuvunga,
   huna budi kupambana, mithili yake mchunga,
   Tunga zaidi ya jana, mdomo hapa nafunga,
   Mshairi ni kamusi, kuu inayotembea.

Misingi ya Ndoa

1. Sinayo kubwa zawadi, kusema niwaletee,
    Zaidi ya hii kadi, nayo misingi pekee,
    Pendo lenu uwaridi, mkitaka likamee,
    Misingi hii ya ndoa, wanangu kaishikeni.

2. Ninawaomba kwa kina, enyi wangu maharusi,
    Misingi hii mipana, vema mkaidurusi,
    Ambayo yashikamana, na sheria za Qudusi,
    Misingi hii ya ndoa, wanangu kaishikeni.

3. Mosi kumcha Rabbana, hili ni jambo sawia,
    Usiku pia mchana, sala kuzizingatia,
    Huku mkihimizana, kuifata yake ndia,
    Misingi hii ya ndoa, wanangu kaishikeni.

4. Pili jama kupendana, upendo usopungua,
    Wote mkishikamana, kulilinda lenu ua,
    Hata mnapokosana, hapaswi mtu kujua,
    Misingi hii ya ndoa, wanangu kaishikeni.

5. Tatu kuheshimiana, ewe mume pia mke,
    Heshima yenye kufana, sio kwa mmoja peke,
    Hapa palindeni sana, ndoa isitetereke,
    Misingi hii ya ndoa, wanangu kaishikeni.

6. Nne kuvumiliana, isiwe ni takilifu,
    Ikaleta kukosana, kisa yenu mapungufu,
    Subira fanyeni sana, alohimiza Raufu,
    Misingi hii ya ndoa, wanangu kaishikeni.

7. Tano kusameheana, mmoja akikosea,
    Msamaha kuombana, mtendwa kuupokea,
    Mtenda naye bayana, kosa kutolirejea,
    Misingi hii ya ndoa, wanangu kaishikeni.

8. Tamati misingi yangu, kikomo hapa nafika,
   Nasisitiza wanangu, misingi hii kushika,
   Huku mkiomba Mungu, ndoa haitavunjika,
   Misingi hii ya ndoa, wanangu kaishike

Sing'oki Ng'o!

1. Yanilazimu nicheke, mtakapo kunitoa,
   Na mwingine mumuweke, baada ya kuning'oa,
   Mnazua sekeseke, ili nibaki na doa,
   Sing'oki ng'o!

2. Mnaufukiza moshi, kwangu paweze ungua,
   Kwa nguvu ya ushawishi, ugomvi mnanunua,
   Nyie ni wagombanishi, kitambo nishawajua,
   Sing'oki ng'o!

3. Sijui ni malighafi, ndizo zinawazuzua,
   Mnaleta ukorofi, muweze kuzichukua,
   Muufanyao ulafi, matumbo kuyafutua,
   Sing'oki ng'o!

4. Pazeni sana sauti, mzidi kunichafua,
   Mkileta tashititi, mtadondokea pua,
   Kwani nimejizatiti, mkija nawalipua,
   Sing'oki ng'o!

5. Mnajifanya wasafi, kweli mnaangazia,
   Ili mambo yawe safi, pindi mkinivamia,
   Muwavue wangu chafi, huku nikiangalia,
   Sing'oki ng'o!

6. Sijafunzwa kuogopa, pindi ninapoonewa,
   Hata kama nimekopa, na deni ninadaiwa,
   Eti kisa nyie papa, mtake kuogopewa?
   Sing'oki ng'o!

7. Kaditama ndio hapa, mdomo wangu nafunga,
   Kwa Mola wangu naapa, yeye kwangu ndie kinga,
   Mkija tunazichapa, kwa mitutu na mapanga,
   Sing'oki ng'o!

Nakupa Dunia

1. Leo nakupa bahari, ogelea laazizi,
   Bahari ilo shuari, muhibu upige mbizi,
   Ukiwa nami sanjari, upepo tukibarizi,
   Chukua hii bahari, bahari ya penzi langu.

2. Leo nakupa Dunia, navyo vyote vilivyomo,
   Uchukue maridhia, haraka bila mgomo,
   Tuishi tukitulia, pasiwe na mikingamo,
   Chukua hii dunia, dunia ya penzi langu.

3. Chukua wangu chukua, chukua mapenzi tele,
   Chukua na kwangu tua, pamoya tusonge mbele,
   Chukua moyo kunjua, tusiachane milele,
   Chukua natamatia, mapenzi yangu ya kweli.

Mungu Wangu

1. Yakunisibu hayeshi, kwangu yamejifutika,
   Hila, vijembe uzushi, hawaishi kunivika,
   Najituma kwa utashi, huwenda yakanitoka,
   Mungu wangu Mungu wangu, niokoe Mungu wangu.

2. Lawama ninazopewa, zinanitoa machozi,
   Mabaya nasingiziwa, kujitetea siwezi,
   Kweupe ninaonewa, nafanyiwa ubaguzi,
   Mungu wangu Mungu wangu, nitetee Mungu wangu.

3. Kazi yangu ni halali, ila kwao ni haramu,
   Wanainanga vikali, nami wakinituhumu,
   Nahujumu serikali, mapato naidhulumu,
   Mungu wangu Mungu wangu, waoneshe Mungu
   wangu.

4. Kila ninaposimama, kwa mabavu ninashushwa,
   Kwa mateke na mitama, hadi chini nadondoshwa,
   Ninapokwenda mrama, roho zao zasafishwa,
   Mungu wangu Mungu wangu, unilinde Mungu wangu.

5. Sitoacha kuwapenda, kwa yote wayafanyayo,
   Hata wazidishe inda, kunidharau na choyo,
   Ya kwangu yatawashinda, hata wakichota nyayo,
   Mungu wangu Mungu wangu, niinue Mungu wangu.

Njaa

1. Enyi vijana wenzangu, neno hili libebeni,
   Msidokoe kifungu, lote zima chukueni,
   Riziki hutoa Mungu, waja tuwe na yakini,
   Njaa ukiikabili, haitakutesa kamwe.

2. Tuzitumie vizuri, mali zetu asilia,
   Misitu, mito, bahari, maziwa, wanyama pia,
   Tusiharibu mapori, ukame ukaingia,
   Njaa ukiikabili, haitakutesa kamwe.

3. Kazi tuzifanye sana, kwa kutumia upeo,
   Usiku nao mchana, tulete maendeleo,
   Sio kutwa kulumbana, kukesha kwenye vileo,
   Njaa ukiikabili, haitakutesa kamwe.

4. Tusingoje kuhimizwa, shika jembe ukalime
   Jiepushe kuongozwa, nyumbani kwako kukame,
   Sikubali kupumbazwa, yakupasa usimame,
   Njaa ukiikabili, haitakutesa kamwe.

5. Kama ungali shuleni, basi soma kwa bidii,
   Ujana weka pembeni, walimu wako watii,
   Si kushinda vichakani, vipindi huhudhurii,
   Njaa ukiikabili, haitakutesa kamwe.

6. Ya nini kutaka benzi? wakati toroli huna,
   Acha kusaka wapenzi, mwishoe wanakuchuna,
   Mbona wajivisha tanzi, abadani hutopona,
   Njaa ukiikabili, haitakutesa kamwe.

7. Tuziepuke tamaa, kutaka tusoyaweza,
   Kubali kula dagaa, mboga kiduchu toweza,
   Njaa ni moja la baa, uchumi lanyong'onyeza,
   Njaa ukiikabili, haitakutesa kamwe.

8. Yapange malengo yako, jiondoe masikani,
   Asubuhi kokoriko, uwe mapema kazini,
   Zitumie nguvu zako, kujikwamua shidani,
   Njaa ukiikabili, haitakutesa kamwe.

9. Kalamu inafifia, dhahiri hapa tamati,
   Malengo kusimamia, uyafike kwa wakati,
   Mafanikio ni nia, si kuketi kwenye kiti,
   Njaa ukiikabili, haitakutesa kamwe.

Sauti ya Washairi

1. Sitaki kosa maana, kwa kutotoa pongezi,
   Duniani kuungana, mashairi kumaizi,
   Ushairi ndio kona, iloyo mengi mazazi,
   Sauti tuliyopewa, tuitumie vizuri.

2. Washairi majagina, pamwe nao chipukizi,
   Watunga tungo kwa vina, beti zao toshelezi,
   Waandika yenye mana, yasiyo ya kichochezi
   Sauti tuliyopewa, tuitimie vizuri.

3. Tutumie lugha pana, kuandika zetu kazi,
   Zipenyeze kila kona, uchambue kwa uwazi,
   Misemo ya kiungwana, katika zetu tungizi,
   Sauti tuliyopewa, tuitumie vizuri.

4. Si tungo za kusemana, mambo yasiyo azizi,
   Maneno kurushiana, kwamba yule haniwezi,
   Waandishi kuzozana, ni jambo la kipuuzi,
   Sauti tuliyopewa, tuitumie vizuri.

5. Tutoe somo kwa kina, baada ya upembuzi,
   Tuanzie kwenye shina, tuchimbue na mizizi,
   Tusijifanye watwana, tukaja itwa machizi,
   Sauti tuliyopewa, tuitumie vizuri.

6. Msitishwe na majina, ya nguli wa zama hizi,
   Wapendao kutukana, kwa dhana za kichokozi,
   Mwisho wao kurogana, kwa tunguri na hirizi,
   Sauti tuliyopewa, tuitumie vizuri.

7. Mwananchi katuona, Nyombwe kapiga mruzi
   Kurasa moja ya suna, isiyo ya pingamizi,
   Mashairi yanafana, watu hupata ujuzi,
   Sauti tuliyopewa, tuitumie vizuri.

Ndugu Wasiopendana

1. Ndugu wasiopendana, huwa wananishangaza,
    Haswa wanapokanana, huku wakijiapiza,
    Tena wakitukanana, na maneno kujibeza,
    Ndugu wasiopendana, kuna siku hujutia.

2. Yaani wawezakuta, wametoka tumbo moja,
    Ila wanavyojisuta, utaviona vioja,
    Wanapelekana puta, kuvunja wao umoja,
    Ndugu wasiopendana, kuna siku hujutia.

3. Vibaya upangiana, kamwe wasisemezane,
    Vijembe kurushiana, na kurogana pengine,
    Vivyo wakiambiana, wakifa wasizikane,
    Ndugu wasiopendana, kuna siku hujutia.

4. Mmoja akiugua, nduguye hufurahia,
    Mola akimchukua, aliyebaki hulia,
    Kilio hukiangua, pamwe na kugugumia,
    Ndugu wasiopendana, kuna siku hujuitia.

5. Mazikoni anakwenda, huku moyo waungua,
    Ndugu asiyempenda, hayuko chini ya Jua,
    Chuki waliyoipanda, vipi wataifukua?
    Ndugu wasiopendana, kuna siku hujutia.

6. Kalamu naidondosha, ndugu jama pendaneni,
    Ujumbe wangu watosha, na kichwani utieni,
    Udugu azina tosha, jambo hilo eleweni,
    Ndugu wasiopendana, kuna siku hujutia.

Nyumba Yetu

1. Baba karabati nyumba, vizuri ionekane,
   Vipakae rangi vyumba, wana wako tujichane,
   Iache kuyumba yumba, ndugu tusisimangane,
   Ihimarishe ifane, vivutie vyake vyumba.

2. Walianza kaka zako, kuijenga nyumba hii,
   Walivikuta vituko, ni vingi sikuambii,
   Imefika zamu yako, ongeza sana bidii,
   Usiziogope fii, zilowakumba wenzako.

3. Umepanga safu njema, ya mafundi rekebishi,
   Wanafanya kazi vema, wanajua ukwepeshi,
   Wakishindwa wawatema, bila kutaka ubishi,
   Wafanyao ukwamishi, huwaondoa mapema.

4. Kandarasi wapigaji, hivi leo wanalia,
   Walofanya ufujaji, nondo wakajifichia,
   Wameukosa ulaji, wa chakula kufundia,
   Somo limewafikia, hawayachezei maji.

5. Kuondoa waloghushi, vyeti na yao majina,
   Sasa mafundi uwashi, uongo haupo tena,
   Waombaji bahashishi, chamoto wanakiona,
   Wanasema unabana, hakika hutuangushi.

6. Heshima katika kazi, hilo linaonekana,
   Uzembe na ubazazi, huduma za kujuana,
   Shemeji, kaka, shangazi, vibarua kupeana,
   Umejitahidi sana, kuliondosha tatizi.

7. Umeuanza msingi, malizia hadi paa,
   Usiogope vigingi, na maneno ya kinyaa,
   Pamwe na yao masingi, ukaikata tamaa,
   Usiwajibu nyamaa, wasemao haujengi.

8. Kikomo hapa nakoma, sinalo la kuongeza,
   Ishe sasa michongoma, ile ilo jieneza,
   Sivyo baba yatuchoma, kama sipotokomeza,
   Heko nyumba yapendeza, haitii tena homa.

Nilivyokuwa Zamani

1. Nilivyokuwa zamani, si kama nilivyo leo,
   Kimwili na akilini, na hata wangu upeo,
   Leo niko taabani, sio tena tegemeo,
   Hakika si kama sasa.

2. Nilivyokuwa zamani, niliye mwelekeo,
   Pamwe na kuu thamani, kiongozi mwenye cheo,
   Ambaye ni namba wani, mleta maendeleo,
   Hakika si kama sasa.

3. Nilivyokuwa zamani, sifanyiwi maoneo,
   Na wahuni mtaani, na walevi wa vileo,
   Za kwangu purukushani, wajua kila eneo,
   Hakika si kama sasa.

4. Nilivyokuwa zamani, mkulima mamboleo,
   Ukinikuta shambani, natumia pembejeo,
   Mazao najaza tani, navuna kila machweo,
   Sijiweni tena sasa.

5. Nilivyokuwa zamani, waliniita koleo,
   Sikuwa na mshindani, nilikuwa tegemeo,
   Hata mambongwa fulani, nilivikwa sana vyeo.
   Sijiwezi tena leo.

6. Ela leo ni fukuto, waweza usiamini,
   Nabebwa kama mtoto, ninaanikwa juani,
   Nimekuwa changamoto, kazi naketi kitini,
   Kimegeuka kibao.

7. Si wanini wala nini? niko hoi taabani,
   Zi tele ndwezi mwilini, sijiwezi asilani,
   Naumia fuadini, hii kweli si utani.
   Kimegeuka kibao.

8. Hapo ndipo nasadiki, aloyanena Shabani,
   Ujana hadumu haki!, rafiki mwenye maani,
   Kisha ninaweka tiki, mwenyewe kiwa mfani,
   Waondoka mshangao.

9. Naomba msisahau, ile semi ya utani,
   Kwamba zifanye dharau, fainali uzeeni,
   Jitahidini walau, mangi jiwekezeeni,
   Yaandaeni makao.

10. Ipangeni mikakati, papo hapo ujanani,
    Yenye tija madhubuti, hapo ndipo anzieni,
    Hii ni yangu tamati, nawaomba zindukeni.
    Dhahiri ina mafao.

Machinga Nitaondoka

1. Nimewaita wenzangu, kuna mambo niwambie,
   Kuhusu hatima yangu, wosia niwaachie,
   Ili kisiwe kiwingu, nifapo mfatilie,
   Machinga nitaondoka, twaeni wasia wangu.

2. Natambua toka tangu, kimepangwa kitimie,
   Kifo ni wajibu kwangu, lazima kinifikie,
   Nende kwa Muumba mbingu, hesabu anipatie,
   Machinga nitaondoka, twaeni wasia wangu.

3. Kwa hini hali ya kwangu, mbishi nisijitie,
   Kaeni kwenye mafungu, usia uwaingie,
   Lina ndwezi langu wengu, siwezi kupona mie,
   Machinga nitaondoka, twaeni wasia wangu.

4. Mosi kweli ni uchungu, naomba mnisikie,
   Katika msiba wangu, sitaki mtu alie,
   Nawaomba walimwengu, hili mlishikilie,
   Machinga nitaondoka, twaeni wasia wangu.

5. Kama vile kwa babangu, kuzika msikawie,
   Ifanyeni wanguwangu, Akhera nitangulie,
   Msiifanye mizungu, hadi kiza kiingie,
   Machinga nitaondoka, twaeni wasia wangu.

6. Ninaomba mali zangu, madeni zinilipie,
   Viuzeni vilo vyangu, wadeni muwagaie,
   Lau kama yako chungu, chonde munisaidie,
   Machinga nitaondoka, twaeni wasia wangu.

7. Kale kadiwani kangu, Ulamaa nichapie,
   Kopi piga chunguchungu, wala usizibanie,
   Mauzo mpe mamangu, pesa hizo atumie,
   Machinga nitaondoka, twaeni wasia wangu.

8. Baba Fabinyo kakangu, msiba usimamie,
   Utimize lengo langu, machozi myazuie,
   Niombeeni kwa Mungu, peponi nikaingie,
   Machinga nitaondoka, twaeni wasia wangu.

9. Ninawaatia pingu, nataka mjifungie,
   Mbaki pahala pangu, yatima mnitunzie,
   Msije changuka changu, misada mtamatie,
   Machinga nitaondoka, twaeni wasia wangu.

10. Wakija kutoka Bungu, wote muwakirimie,
    Tanga, Mwanza, Takaungu, mbacha watandikie,
    Uji hata kwenye tungu, haraka muwapatie,
    Machinga nitaondoka, twaeni wasia wangu.

11. Tamati nudhuma yangu, mghani awaghanie,
    Kwa sauti ya utungu, mwangaza iwapatie,
    Hapo malaloni mwangu, mkishanizika nyie,
    Machinga nitaondoka, twaeni wasia wangu.

Mimba na Kifungo

1. Ninawaza peke yangu, haya yaliyonikuta,
   Tamu imekuwa chungu, leo mimi ninajuta,
   Niokoe Mungu wangu, madhila yaniburuta,
   Najiona niko jela, natumikia kifungo.

2. Mawazo yananituma, nijipeleke mwenyewe,
   Tena niwahi mapema, haraka nisichelewe,
   Nimwambie wake mama, anayo mimba mwanawe,
   Mimi ndiye nilompa, na mimba tahudumia.

3. Napata wazo lingine, lanitaka nisiende,
   Hatonitaja pengine, kwa hekima anilinde,
   Ataje mtu mwengine, niokoke na rumande,
   Kwa vile nimjuavyo, lazima atanitaja.

4. Nini nitamdanganya, baba yake akijua?
   Ashawahi kunikanya, nimuache Sikujua,
   Kwa hiki nilichofanya, dhahiri ataniua,
   Najutia najutia, tamaa imeniponza.

5. Yupo kidato cha pili, na tayari ana mimba,
   Nijuavyo serikali, macho hawatayafumba,
   Nitatafutwa vikali, nikakipande kizimba,
   Ni miaka thelathini, hiyo haina dhamana.

6. Bibi yake ni hakimu, Mahakama ya Mkoa,
   Kesi hizi huhukumu, kwa mfano kuutoa,
   Vipi kwangu iwe sumu, mie akaniokoa?
   Sinapo pakutokea, jama lazima nifungwe.

7. Hapa nipo kwenye basi, ninakwenda Takaungu,
   Bali nina wasiwasi, naogopa walimwengu,
   Nishamwachia Qudusi, anilindie mwanangu,
   Ni bora niende mbali, huwenda nikajiponya.

Mahari Mliyotaja

1. Lo! sitaki natamka, bila jicho kupepesa,
   Hakika nimechemka, bora mke kumkosa,
   Nakubali kuumbuka, heri niitwe garasa,
   Mahari mliyotaja, kuilipa sitaweza.

2. Hali yenyewe masika, mfukoni sina pesa,
   Ni wazi ninaropoka, najuta kuleta posa,
   Sijali mkinicheka, nakubali nimenasa,
   Mahari mliyotaja, kuilipa sitaweza.

3. Si baba wala si kaka, mwenye hao ng'ombe tisa,
   Mama mshona mikeka, dada mcheza kibisa,
   Nami mziba viraka, mbona mnatunyanyasa?
   Mahari mliyotaja, kuilipa sitaweza.

4. Ni vingi mlivotaka, vingine ni vya anasa,
   Mkaja, suti, mashuka, mbuzi kumi wa kisasa,
   Majembe, panga, na shoka, mchumba ninamsusa,
   Mahari mliyotaja, kuilipa sitaweza.

5. Khanga, pombe kadhalika, mmenitoa hamasa,
   Kwa hilo sijaridhika, kwa huo wenu usasa,
   Na mbio nazitimka, ya nini kuweka hisa,
   Mahari mliyotaja, kuilipa sitaweza.

6. Kinyonge nasononeka, namaliza ukurasa,
   Mipango imetoweka, ya kumuoa Hamisa,
   Mnyonge ninaondoka, nimeshafikisha kisa,
   Mahari mliyotaja, kuilipa sitaweza.

Nambiyeni

1. Nimerejea jamani, dogo umbo,
   Mnifae kwa yakini, mi mwajimbo,
   Kufumbua mathalani, 'ya mafumbo,
   Nambiyeni nitambue.

2. Hivi ni mashine gani, la! mtambo,
   Ambapo hauna ndani, mtaimbo,
   Sijaiona jamani, hiko chombo,
   Nambiyeni nitambue.

3. Hivi ni samaki gani, aso shombo,
   Akose mwake tumboni, fuko tumbo,
   Waja nisaidiani, hili jambo,
   Nambiyeni nitambue.

4. Hivi ni kabati gani, liso vyombo,
   Ama nguo ikhiwani, na urembo,
   Halafu liwe chumbani, kama pambo,
   Nambiyeni nitambue.

5. Hivi ni mtego gani, uso chambo,
   Utaotegwa majini, kwa kitambo,
   Unase kitu fulani, kama kumbo,
   Nambiyeni nitambue.

6. Hivi ni bendera gani, iso nembo,
   Pasipo rangi yaani, vijimambo,
   Wala ya mchoro ndani, kama gombo,
   Nambiyeni nitambue.

7. Hivi ni mchezo gani, wa kitambo,
   Uchezwa kwa ufichani, kisha kombo,
   Pamoja na uzingani, kwenda chimbo,
   Nambiyeni nitambue.

8. Kikomo ni tamatini, sina jambo,
   Nawaomba nijibuni, si tatambo,
   Kila beti uwanjani, inafumbo,
   Nambiyeni nitambue.

Ajira

1. Shambani napiga jembe, mwili wote umechoka,
   Kutwa nikila maembe, hivi lini utatoka?
   Hebu uje tujigambe, taaluma yaondoka,
   Ajira watoka lini, nambie basi nijue.

2. Ni mwaka mmoja sasa, wenzangu wana miwili
   Ni yapi yetu makosa? tunasota kusubili,
   Mwanzo ulikuwa tosa, sababu eti! kibali,
   Ajira watoka lini, nambie basi nijue.

3. Natamani nikupate, ili ukweli wajue,
   Waache shika kidete, kuwa nimefeli mie,
   Na heshima wailete, majungu watamatie,
   Ajira watoka lini, nambie basi nijue.

4. Kutwa tupo masikani, kazi twapiga mayowe,
   Kwa habari ni makini, twangojea mzigawe,
   Vyeti vimo kabatini, sisi tupo kama mwewe,
   Ajira watoka lini, nambie basi nijue.

5. Nyangasa,Mbogi,Shandala, nyamazeni msilie,
   Zichangeni hizo dala, biashara mfungue
   Mkingoja mtalala, na ng'amu msing'amue
   Ajira watoka lini, nambie basi nijue.

6. Ndoto hii ndoto gani, mbona mimi 'menitisha ,
   Najikuta kichanjani, mbuzi bado sijalisha,
   Shamba lingali majani, kazi bado hazijesha,
   Ajira watoka lini, nambie basi nijue.

Ningelisoma Sayansi

1. Lile neno ningejua, huja mwisho wa safari,
   Leo ndio nang'amua, shari kamili si kheri,
   Sina ninachoambua, zaidi ya kusubiri,
   Ningelijua mapema, ningelisoma sayansi.

2. Tumejikuta ni wengi, mpaka tuko ziada,
   Tukaukosa msingi, wakuendana na muda,
   Mfumo hatuukongi, kiasi tupate shida,
   Ningelijua mapema, ningelisoma sayansi.

3. Ningechukua hesabu, fizikia na kemia,
   Ningekesha na vitabu, kutwa nikijisomea,
   Nisingeipata tabu, ya kazi kujipatia,
   Ningelijua mapema, ningelisoma sayansi.

4. Ningeshinda maabara, vitendo kuthibitisha,
   Nikiwapasua vyura, na kisha kuwaponesha,
   Ningepata kazi bora, yenye pesa za kutosha,
   Ningelijua mapema, ningelisoma sayansi.

5. Sayansi ina nafasi, kwa uchumi wa viwanda,
   Uwe hata kandarasi, kila uchwao ni tenda,
   Kwingine ni sarakasi, sio kama ninaponda,
   Ningelijua mapema, ningelisoma sayansi.

6. Wote ninawaambia, mlioko mashuleni,
   Sayansi kushikiria, mkisoma chimbueni,
   Msuli kuikazia, kipaumbele ipeni,
   Ningelijua mapema, ningelisoma sayansi.

7. Mkopo mtaupata, pasipo kipingamizi,
   Pesa mtaziburuta, bila ya vichachawizi,
   Ajira zitajileta, ziko nyingi waziwazi,
   Ningelijua mapema, ningelisoma sayansi.

8. Shairi nahitimisha, nishatoa ushauri,
   Sijatunga kupotosha, mengine kuyakejeri,
   Sihitaji kurefusha, nikaimaliza ari,
   Ningelijua mapema, ningelisoma sayansi.

Mauaji Njombe

1. Siwezi funika kombe, kwenye hili nawambia,
   Nitasema hata tembe, huku nikiwalilia,
   Watoto kutoka Njombe, vifo vinapotukia,
   Wamewakosea nini? hadi muwatende hivyo.

2. Ayi! acheni niambe, kwani huu ni udhia,
   Washinjwapo kama ng'ombe, watu wasio hatia,
   Watoto wadogo kumbe, shidani wanawatia,
   Wamewakosea nini? hadi muwatendo hivyo,

3. Kwa wazazi ni kimbembe, furaha imekimbia,
   Hawapatamani Njombe, kuishi wanahofia,
   Njombe imekuwa wembe, kwenye zao familia,
   Wamewakosea nini? hadi muwatende hivyo.

4. Makambako, Wanging'ombe, na wilaya zote pia,
   Upokeeni ujumbe, na mkazo kukazia,
   Kataeni hii chembe, 'takayo kuwaingia,
   Wamewakosea nini? hadi muwatende hivyo,

5. Waziri tuma majembe, waende kufatilia,
   Wawasake kila pembe, mikononi kuwatia,
   Wahusika na wapambe, wanaoyashadadia,
   Wamewakosea nini? hadi muwatende hivyo.

6. Pamoja dua tuombe, Mwenyezi kumfikia,
   Na macho yetu tufumbe, huku tukiitikia,
   Tatizo lituishe mbe! iponyeke Tanzania,
   Wamewakosea nini? hadi muwatende hivyo.

7. Tamati Mwajuma Yombe, kazi ninakuachia,
   Ughani ama uimbe, kwa sauti maridhia,
   Wakome hao mapembe, watoto kutuulia,
   Wamewakosea nini? hadi muwatende hivyo.

Tuepushe na Korona

1. Leo hii liko kwangu, nyumbani ninaliona,
   Ndilo lanipa uchungu, hadi haya kuyanena,
   Sinayo furaha yangu, nimebaki kusonona,
   Tuokoe Bwana Mungu, na hili gonjwa korona,

2. Na hili gonjwa korona, Rabbi liepushe mbali,
   Tena tusijeliona, turudi kama awali,
   Na waumwao kupona, wakawa na njema hali,
   Tuokoe Bwana Mungu, na hili gonjwa korona.

3. Tama neno siongezi, vimeniishia vina,
   Utuokoe Mwenyezi, mwingine siye hatuna,
   Rabbi iepushe ndwezi, iliyoanzia China,
   Tuokoe Bwana Mungu, na hili gonjwa korona.

Nahisi ni Malaria

1. Mosi nina homa kali, kabisa siko sawiya,
    Uchovu kila mahali, mwilini umeingiya
    Siipati afadhali, kila ninavyotuliya,
    Nahisi ni malaria, wacheni ninywe vidonge,

2. Cha pili nina mafua, na kikohozi kikavu,
    Kwa tabu ninapumua, zanibana mno mbavu,
    Kinaniuma kifua, na mwili hauna nguvu,
    Nahisi ni malaria, wacheni ninywe vidonge.

3. Tatu kichwa kinauma, jamani kila wakati,
    Mno kinaniandama, hauweni siipati,
    Mpaka ninainama, kutembea hatihati,
    Nahisi ni malaria, wacheni ninywe vidonge.

4. Nne vidonda kooni, ni vingi vimenijaa,
    Vyafanya raha sioni, vinauma kila saa,
    Najiuza kulikoni, vinazidi chachamaa,
    Nahisi ni malaria, wacheni ninywe vidonge.

5. Sasa lanijia wazo, niende hosipitali,
    Nikatoe maelezo, nilizonazo dalili,
    Walitambue tatizo, nipate tiba jamali,
    Kutoujua ugonjwa, jamani si jambo zuri.

6. Tamatini hapa ndipo, jamii nisikieni,
    Dalili mzionapo, hosipitali nendeni,
    Msibaki hapo hapo, udhanifu uacheni,
    Unywaji wa dawa hovyo, haufai eleweni

Sina Zuio

1. Akili na wangu mwili, vyote vinasema ndio,
   Vinathibitisha hili, kuwa la kufa sikio,
   Lolote linowasili, kwangu halina mlio,
   Chochote kile afanye, kwako sinalo zuio.

2. Ngawa babio mkali, mtaani ni tishio,
   Chui anaafadhali, wanambia wenzio,
   Ila hilo mi sijali, kwako ndilo kimbilio,
   Chochote kile afanye, kwako sinalo zuio.

3. Hata wakufiche mbali, kisha wajenge uzio,
   Taubomoa vikali, nije kwako mbio mbio,
   Wewe ndiye wa halali, wengine naona sio,
   Chochote kile afanye, kwako sinalo zuio.

4. Kama tatizo ni hali, kwangu sio kizuio,
   Sasa hivi nina mali, mabucha na machijio,
   Kanijalia Jalali, hilo ajuwe babio,
   Chochote kile afanye, kwako sinalo zuio.

5. Beti tano zi kamili, akisikie kilio,
   Yote nitayakabili, nitimize azimio,
   Lengo tuishi wawili, ndilo langu kusudio,
   Chochote kile afanye, kwako sinalo zuio.

Muandazi

1. Ajabu hii jamani, ndiyo leo nasikiya,
   Kitu nisichokidhani, kuwa kimekutukiya,
   Yambwa ulikaa chini, na kilio ukiliya,
   Imekuwaje mwandazi, umekikosa chakula.

2. Mtu uliye makini, kwenye yako tasiniya,
   Misiba na harusini, kote wanakusifiya,
   Kuwa huna kujihini, unazigawa siniya,
   Imekuwaje mwandazi, umekikosa chakula.

3. Watu huwa wawapanga, vizuri wakatuliya,
   Wakuu pia wachanga, kwayo idadi sawiya
   Siniya ulizopanga, kati ukawabwagiya,
   Imekuwaje mwandazi, umekikosa chakula.

4. Hadi wanapomaliza, maji unawapatiya,
   Nao wanaotatiza, chakula waso ridhiya,
   Huwa unawatuliza, jikoni kutoingiya,
   Imekuwaje mwandazi, umekikosa chakula.

5. Sasa ni vipi mjuzi, kapa umeambuliya?
   Biriani, soda, mbuzi, kinywani ujavitiya,
   Basi wali na mchuzi, nao umekosa piya?
   Imekuwaje mwandazi, umekikosa chakula.

6. Tama usihuzunike, ndivyo ilivyo Duniya,
   Rudi zako ukapike, ugali nalo bamiya,
   Ule na ufurahike, usiku ukiingiya,
   Imekuwaje mwandazi, umekikosa chakula.

Ya Rabi

1. Qudusi naomba dua, nakuomba iitika,
   Mangi yananisumbua, pabaya yamenishika,
   Allahumma aamini.

2. Rabbi nijalie mema, mabaya yaniepuke,
   Nilizoekewa ngema, kwa heriyo nizivuke,
   Allahumma aamini.

3. Rabbi ziepushe shari, kando nami uziweke,
   Hinda chuki na hatari, pia na masekeseke,
   Allahumma aamini.

4. Mola nipatie mwanga, ili kizani nitoke,
   Yanikumbayo majanga, vivile yaniondoke,
   Allahumma aamini.

5. Mola naomba afia, njema niimarike,
   Maradhi ya kidunia, mjawo yasinifike,
   Allahumma aamini.

6. Ya Rabi dua pokea, nijibu ninayotaka,
   Yanayonielemea, yaondoshe kwa haraka,
   Allahumma aamini.

Waja Msiwe Daraja

1. Leo tena nimekuja, tena kwa mara nyingine,
   Kuziba panapovuja, msijelowa wengine,
   Nguo zenu zikachuja, zisiwafae pengine,
   Waja msiwe daraja, la kuwagomba wengine.

2. Mmeshindwa kuwa ndiya, wapite waongozane,
   Vizuri wakatuliya, mapenzi yao yafane,
   Vipi mnawafanyia, fitina wafarakane?
   Waja msiwe daraja, la kuwagomba wengine.

3. Msijefanya vihoja, kufanya wachukiane,
   Wakenda wajikongoja, sawia wasipatane,
   Mkafanya mara moja, watu hao watengane,
   Waja msiwe daraja, la kuwagomba wengine.

4. Kikomo nakifikiya, waja sana mpendane,
   Upendo uliotimiya, vilivyo mfungamane,
   Kama nyuzi za kimiya, yafaa mshikamane,
   Waja msiwe daraja, la kuwagomba wengine.

Palipo Matumaini

1. Nikiwa ndani ya basi, arafa naiandika,
   Taratibu sina kasi, naanza kutiririka,
   Maneno yenye ukwasi, mahabubu kukufika,
   Palipo matumaini, maajabu husitawi.

2. Maajabu husitawi, niamini muhibaka,
   Zile hayawi hayawi, nyonda usizozitaka,
   Uzionazo ni mawi, zitaondoka haraka,
   Palipo matumaini, maajabu husitawi.

3. Vibaya usije hisi, nitapituka mipaka
   Safari yangu farisi, ikakutia wahaka,
   Walo tamaa za fisi, nafasiyo wakadaka,
   Palipo matumaini, maajabu husitawi.

4. Ikawa lengo haliwi, nia ikavurugika,
   Ukaupata uziwi, kwako nikacha sikika,
   Ukanichoma ja biwi, mie nikaungulika,
   Palipo matumaini, maajabu husitawi.

5. Tama ogopa watesi, nao wanaokereka,
   Wakizileta tetesi, usipate hekaheka,
   Uwatimue upesi, mbali waweze toweka,
   Palipo matumaini, maajabu husitawi.

Nakupenda

1. Wala siumii ati!, hambe nikionekana,
   Ukanisema umati, ukiona sina mana,
   Nipotezapo wakati, nawe tukiongozana,
   Nikifanya harakati, ili tuweze pendana,
   Ni radhi nikupe bati, angali makuti sina.

2. Mie mneni siteti, nalitoa dukuduku,
   Siwezi chukia eti!, nionwapo zumbukuku,
   Wakafanya nikeleti, kwako nikose shauku,
   Nisiwe nawe beneti, ukende kule na huku,
   Ni radhi kwako ni keti, tuwe sote kila siku.

3. Natumia utondoti, ukweli huu nikupe,
   Uuvae kama koti, lililo rangi nyeupe,
   Ijapo sinazo noti, naomba usinitupe,
   Tuziunganishe doti, kugandane kama kupe
   Ni radhi niwe ngongoti, furaha kwako ijipe.

4. Lolote lile thabiti, wewe utalolitenda
   Nitume hata Kibiti, kwa miguu nitaenda,
   Lengo ewe uthibiti, kuwa kweli nakupenda,
   Siwezi japo katiti, kuacha utachopenda,
   Ni radhi nikupe kiti, cha Rais ukipenda.

Fasihi Kama Bahari

1. Si budi utafakari, kuelewa nisemavyo,
   Kujua hii habari, vile nilinganishavyo,
   Hadi imenipa ari, kutamka nionavyo,
   Kama ilivyo bahari, ndivyo fasihi ilivyo.

2. Ina uwanja mpana, kama bahari ilivyo,
   Na kina kirefu sana, na fasihi hivyohivyo,
   Ili kupata maana, yabidi zama vilivyo,
   Kama ilivyo bahari, ndivyo fasihi ilivyo.

3. Ufanye ulinganisho, kwa namna uwezavyo,
   Utapata bainisho, kama hivyi ninenavyo,
   Bahari haina mwisho, na fasihi nijuavyo,
   Kama ilivyo bahari, ndivyo fasihi ilivyo.

4. Tamati hapa natuwa, nambieni kama sivyo,
   Wajuzi mnaojuwa, mfano huo ulivyo,
   Vile nilivyochuguwa, hadi nikaona ndivyo,
   Kama ilivyo bahari, ndiyo fasihi ilivyo.

Wamekuwa Maadui

1. Ni wazi yasikitisha, pale unapowaona,
   Watu waloliivisha, penzi lao likanona,
   Leo wameungulisha, linanuka kila kona,
   Wawili walopendana, wamekuwa maadui.

2. Wamekuwa maadui, watu waliopendana,
   La huyu yule hajui, tayari wametengana,
   Limeshakatika tui, mchuzi hauna mana,
   Wamekuwa maadui, wawili walopendana.

3. Waliokuwa awali, mikono wakishikana,
   Dakika haiwasili, pasipo kutafutana,
   Wakajuliana hali, na kula kukumbushana,
   Wawili walopendana, wamekuwa maadui.

4. Kwa furaha walocheka, tena wakalaliana,
   Na madeko wakadeka, huku wakitaniana,
   Ona sasa hekaheka, mwiko kusalimiana,
   Wamekuwa maadui, wawili walopendana.

5. Viapo vitakatifu, wale waloapizana,
   Wakalia kwa Latifu, wasije wakaachana,
   Leo penzi limekifu, hawataki kuzikana,
   Wawili walopendana, wamekuwa maadui.

6. Tama hapa nakatisha, nishaeleza bayana,
   Kisa chakuhuzunisha, atuepushe Rabbana,
   Waja kutotupitisha, tukaweza farakana,
   Wamekuwa maadui, wawili walopendana.

Ligi ya Mabingwa

1. Hakika sitashiriki, ligi ile ya mabingwa,
   Uwezo haudiriki, siiwezi mtotongwa,
   Fedheha mie sitaki, mechi zote nikifungwa,
   Sishiriki.

2. Nikweli sitaafiki, mechi zote nikifungwa,
   Sitaweza ushabiki, timu yangu ikinangwa,
   Vile hazikabi beki, viungo wanapozongwa,
   Sishiriki.

3. Kipa mashuti hadaki, viungo wanapozongwa,
   Golini tuli hubaki, kwa madaa anachengwa,
   Hakika nimesadiki, timu hii inanongwa,
   Sishiriki.

Usilewe Mshairi

1. Wabobezi, majagina, makinda na wanagenzi,
   Wenye na waso majina, wa leo pia wa enzi,
   Rai kwenu namimina, kwa shairi sio tenzi,
   Usilewe mshairi, sifa za mitandaoni.

2. Sifa za mitandaoni, zinadumaza akili,
   Ujaziwapo pomoni, unajiona kamili,
   Kumbe bado upo chini, huna lile wala hili,
   Usilewe mshairi, sifa za mitandaoni.

3. Sifa nyingine ni gongo, hazifai ni hatari,
   Ungajiona kigongo, unazijua bahari,
   Kumbe utungavyo fyongo, tungo hazina urari,
   Usilewe mshairi, sifa za mitandaoni.

4. Mashabiki wanasifu, hata palipo uozo,
   Kwa maneno yakinifu, yenye lugha ya mjazo,
   Pasipo uangalifu, wanakuvisha tatizo,
   Usilewe mshairi, sifa za mitandaoni.

5. Uzinywapo sifa zao, kama pono utalala,
   Watakwita bingwa wao, wawika kila mahala,
   Watakupa jina lao, wewe ni Mnyampala,
   Usilewe mshairi, sifa za mitandaoni.

6. Uwekapo tungo yako, hawakukosoi aka!
   Utapewa sifa zako, na imoji wataweka,
   Ati! wewe ni kiboko, watunga kama Muyaka,
   Usilewe mshairi, sifa za mitandaoni.

7. Halafu utaambiwa, nyendo zako taratibu,
   Makofi utapigiwa, na maneno ya ajabu,
   Yani mfano wa njiwa, utunzi wa Mnyatibu,
   Usilewe mshairi, sifa za mitandaoni.

8. Watakwambia wajua, hima utoe diwani,
   Madai watanunua, kama vocha madukani,
   Vitabu ukifyatua, wote hawaonekani,
   Usilewe mshairi, sifa za mitandaoni.

9. Wengine hukulewesha, uingie kwenye njia,
   Huku wakiharakisha, kukupa sifa za bia,
   Mwishowe huwakomesha, kwa tungo kukuibia,
   Usilewe mshairi, sifa za mitandaoni.

10. Pia wapo wenye kweli, wasiosita kusema,
    Kama shairi ni kali, ama shairi chelema,
    Hawa ukiwakubali, watakuongoza vyema,
    Usilewe mshairi, sifa za mitandaoni.

11. Bado moja nihitimu, nifunge wangu uneni,
    Maneno haya adhimu, alinambia fulani,
    Vivyo msiwe dhalimu, kuyapokea jamani,
    Usilewe mshairi, sifa za mitandaoni.

12. Si kwamba mewatukana, kwa hayo niloandika,
    La! ninaujua sana , ushairi wote fika,
    Bali hili muungwana, inabidi kulishika,
    Usilewe mshairi, sifa za mitandaoni.

Hatuachani

1. Kwenu muombao duwa, usiku nao mchana,
   Mikono mkanyanyuwa, mkimuomba Rabbana,
   Mnalolitaka kuwa, lisiweze shindikana,
   Mtakao tuachane, juweni hatuachani.

2. Hatuwa mkachukuwa, kutufanyia hiyana,
   Kuweza tuvuruguwa, muone tukiachana,
   Zuzu mnajizuzuwa, juweni hilo bayana,
   Mtakao tuachane, juweni hatuachani.

3. Juweni tushawajuwa, mtakalo halifani
   Bure mnajisumbuwa, hamuwezi abadani,
   Mtayavuna mabuwa, kama mcheka na nyani,
   Mtakao tuachane, juweni hatuachani.

4. Kituo hapa natuwa, kuongeza sitamani,
   Sisi tumeshaamuwa, kumuachia Manani,
   Ndiye atawaumbuwa, yawatokee puwani,
   Mtakao tuachane, juweni hatuachani.

Pete Yangu

1. Leo hali yangu tete, nimejawa usononi,
   Natafuta yangu pete, ilo kwake mkononi,
   Nimeenda hadi Wete, alonayo simuoni,
   Natafuta pete yangu, ili niwe furahani.

2. Nimezunguuka kote, Kidodi hadi Kangani,
   Nikiuza watu wote, waniambie bayani,
   Kama kunae yeyote, amemuona fulani,
   Aliye na pete yangu, ananitia shidani.

3. Pete hiyo madhubuti, iliyo kuu thamani,
   Ilopambwa na yakuti, rubi nayo marijani,
   Mefanya nakaza buti, hadi nafika Pandani,
   Naitaka pete yangu, ili niwe furahani.

4. Tamaa sikuikata, nikenda hadi Chambani,
   Nikidhani nitapata, niirudishe nyumbani,
   Ela bado ni utata, kote haionekani,
   Yaniliza pete yangu, inanitia shidani.

5. Tama sielewi eti, naomba niambiyani,
   Mkiwa nami beneti, ndicho kitu natamani,
   Ukutini nimeketi, niende sehemu gani?
   Niipate pete yangu, ili niwe furahani.

Tumevaa Barakoa

1. Mara hii mmenoa, enyi mnaojigamba,
   Majungu mnaotoa, mkatutaka kuamba,
   Na doko kutudokoa, ili tuweze kulumba,
   Wala hatuneni katu, tumevaa barakoa.

2. Barakoa tumevaa, mie naye muhibaka,
   Lengo letu kunyamaa, wala hatuneni aka!
   Twabaki kuwashangaa, kwayo mnayoyataka,
   Mkitutaka tunene, tuvueni barakoa.

Sina Marafiki

1. Nimebaki najiuza, wapi nilipokoseya,
   Hadi wakanipuuza, mbali wakatokomeya,
   Ni yupi alowachuza, akawajaza umbeya,
   Leo sina marafiki, kama ilivyo awali.

2. Kama ilivyo awali wale tuliodiriki,
   Kujuana zetu hali, katika raha na dhiki,
   Tukaipata sahali, mengi tukayaafiki,
   Leo sina marafiki, nimebaki peke yangu.

3. Nimebaki peke yangu, leo wao ni adimu,
   Hawapokei wenzangu, nikiwapigia simu,
   Sijui ni shida zangu, zimewatimua timu,
   Leo sina marafiki, mawazo yamenitinga.

4. Mawazo yamenitinga, mie wamenikimbiya,
   Nimekuwa ja mjinga, hawataki nisikiya?
   Nisiyeju kuringa, nini wanakihofiya?
   Leo sina marafiki, hakika mie nakiri.

5. Hakika mie nakiri, hapano nafika tama,
   Sinao wale titiri, hata mmoja wa ngama,
   Sijui ni ufakiri, ndiyo wanipa nakama?
   Leo sina marafiki, kama vile zile zama.

Tembo kwa Bua

1. Ewe uloshika buwa, mie unanishangaza,
   Vile ukijifutuwa, mwiliwo ukiukaza,
   Tembo kutaka muuwa, tini uweze mlaza,
   Bure unajisumbuwa, hilo unaloliwaza.

2. Haiwi haitakuwa, mwafulani nakujuza,
   Nafasi hutochukuwa, kitambo amekupuza,
   Hilo wapasa kujuwa, acha kujibaraguza,
   Inaponyesha mvuwa, barafu huwezi uza.

3. Umeangukia puwa, sauti sasa wapaza,
   Ulilolibumbuluwa, ndilo limekuangaza,
   Hauwezi jinyanyuwa, umebaki wajilaza,
   Juwa unajisumbuwa, ewe muanika ndaza.

4. Bui amenichaguwa, huba anazikoleza,
   Mie napewa haluwa, kombe chaza nae pweza,
   Nizidi kuwa muruwa, ngoma ninapoiteza,
   Hivyo ukijishauwa, nakuteka kingereza.

5. Darasa hili chukuwa, likutoe hicho kiza,
   Uweze piga hatuwa, uwate kujitatiza,
   Usije ukaunguwa, kwa yetu kupatiliza
   Bogoyo hauli muwa, mabunye utaumiza,

6. Sisongi hapa natuwa, mie ulonichokoza,
   Ulililifulumuwa, hayupo wakulipoza,
   Huwezi kunichafuwa, mie ninayeongoza,
   Katu siwezi kusuwa, nikatoka kwenye moza.

Zita

1. Sauti inalindima, isikupe mshangao,
   Yatokea Mzizima, yalipo yangu makao,
   Mtu niliye hishima, vipi yangu yawe yao?
   Zita zangu ni za mivi, hazikomi kirahisi.

2. Yua mteka na kima, hupata yake mafao,
   Mazao aliyolima, yasiwe yenye ujao,
   Vipi nidimke dima, janga langu liwe lao?
   Zita zangu ni za mivi, huwa hazizuiliki.

3. Ndi mimi niliyechuma, wahusikaje ambao,
   Unaowapa tuhuma, ukawaweka kikao,
   Ikiwa sijawatuma, vipi uwafate hao?
   Zita zangu ni za mivi, hazikuwati salama.

4. Sasa wazi ninasema, ili upate fubao,
   Tambua hili mapema, dalanzi sio limao,
   Pendo letu sie lema, daima lina mng'ao
   Zita zangu ni za mivi, wa mawe hutaziweza.

5. Hapano kimo nahima, mwana mie wa mwambao,
   Niite mtu mzima, ninayekupa pumbao,
   Pendo huwezi lizima, kwa hizo hila kibao,
   Zita zangu ni za mivi, hayupo wakuachisha.

Mkuna Kovu

1. Nahitaji utulivu, niweze kuelimisha,
   Ewe uso usikivu, haya ninakufundisha,
   Nitoe wako uvivu, wa bongo kufikirisha,
   Tambua pendo la mavu, ni kazi kuliachisha.

2. Ni kazi kuliachisha, pendo lililo komavu,
   Hata ukilitingisha, kwa hivyo vyako vinguvu,
   Yua litakuangusha, ukapata ulemavu,
   Hivyo nakufaamisha, uwate wako utovu.

3. Uwate wako utovu, kutaka tuachanisha,
   Uzitangazapo mbovu, ili kutukikirisha,
   Bure wajipa uchovu, nguvuzo zitakuisha,
   Usiwe mkuna kovu, kidonda ukajitwisha.

4. Kidonda ukajitwisha, ukawa na maumivu,
   Makali yasiyoisha, usiwe mvumilivu,
   Vivyo heri kulipisha, pendo letu kiowevu,
   Ata koo kutunisha, kama muwele wa rovu.

5. Kama muwele wa rovu, utungo natamatisha,
   Kama unao ubavu, majibu nawe rudisha,
   Nikupe yako makavu, yaweze kukushibisha,
   Kwake nilitega nyavu, wala sikubahatisha.

Mgomba Wawaje Kuni

1. Siwezi kukaa tini, nikawa kama mjinga,
   Nikawa ja mtu duni, mawazo yakanitinga,
   Nikuache muhaini, ukitamba na kuringa,
   Mgomba wawaje kuni, nisiwe kitu mninga?

2. Nisiwe kitu mninga, nikaipoteza hadhi,
   Kandoni akanipanga, teo tangu ukahodhi,
   Nakanyagaje mtanga, ngali nina makubadhi?
   Mwenzako nimejipanga, na bui ameniridhi,

3. Na bui ameniridhi, kutamka nadiriki,
   Atakayo nayakidhi, nyonda ameniafiki,
   Moyowe umemiridhi, tena haupati dhiki,
   Hivyo huwezi niudhi, ukanipa taharuki.

4. Ukanipa taharuki, ewe mwenye udunishi,
   Kiwa mie sishituki, kwa huo wako uzushi,
   Ela elewa rafiki, abadani haunishushi,
   Ni tuli nakula uki, kijana mwenye utashi,

5. Kijana mwenye utashi, niliye vingi vipaji,
   Kaumu pasi ubishi, mimi wananihitaji,
   Vipi wewe toka bushi, ujifanye mpingaji?
   Nilokutua furushi, ati leo wanijaji.

Sikuachi Abadani!

1. Nami sasa naandika, kutoa yalo rohoni,
    Ambayo nina hakika, utayapata mwendani,
    Naamini yatafika, uyaweke fuadini,
    Nakupenda nakupenda, sikuachi abadani!

2. Taji ulilonivika, kuukuu la thamani,
    Dhahiri bila ya shaka, wengi wanalitamani,
    Naapa halitavuka, likatoka kawandani,
    Nakupenda nakupenda, sikuachi abadani!

3. E wangu bui pulika, yua hauna mfani,
    Ndia niliyoishika, kuiwacha sitamani,
    Katu sitabadilika, nikawa na laitani,
    Nakupenda nakupenda, sikuachi abadani!

4. Kweli isiyofichika, tutaishi furahani,
    Pasi na kuhangaika, kuishi kwa ushindani,
    Huba zitatugubika, tutazama zizimbwini,
    Nakupenda nakupenda, sikuachi abadani!

5. Tamati ninatimka, kama vumbi mtangani,
    Nikiwa mwenye haraka, naliya nae Manani,
    Pema aweze tuweka, tukawa wenye amani,
    Nakupenda nakupenda, sikuachi abadani!

Nitamwambia Mama

1. Siku nikienda Tanga, nitamueleza mama, yote yaliyotukia,
    Nilofanyiwa Machinga, na watu wa Mzizima, mamia
    kwayo mamia,
    Kwa nguvu walinipinga, wakitaka kunizima, nisiwe
    kwenye Dunia,
    Hakika nitamwambia, atambue mama yangu.

2. Huku machozi yalenga, ukiniuma mtima, mama
    nitamuambia,
    Yote yaliyonizonga, mazito yasiyo pima, tabuni nikaingia,
    Hadi naipata kinga, kutoka kwake Karima, nikarudi
    kwenye njia,
    Hakika nitamwambia, atambue mama yangu.

3. Mipango waliipanga, waitwao wanadama, na kweli
    ikatimia,
    Yakanikumba majanga, nikaipata nakama, nikawa ni
    wakulia,
    Nikakiona kisanga, chumo langu likazama, chini
    nikadidimia,
    Hakika nitamwambia, atambue mama yangu.

4. Wakafanya nikatanga, kwao ikawa neema, wao wakafurahia,
    Kuku nikafanywa kanga, nisiyekuwa na jema, kwa
    madoa kunitia,
    Wachache wakajichanga, kuniona nasimama, hadi
    nikainukia,
    Hakika nitamwambia, atambue mama yangu.

5. Tama siwezi kutunga, moyo wangu waniuma, nashindwa
    kuvumilia,
    Haki kinywa sitafunga, nikakuata kusema, kando nikajikalia,
    Nitasema bila kunga, nikiwa nimeegama, siku itapotimia.
    Hakika nitamwambia, atambue mama yangu.

Juu ya Mawe

1. Kote nilikojaribu, jibu moja nilipewa,
    Jibu walilonijibu, nimeshindwa lielewa,
    Zaidi lanipa tabu, kichwani lanisumbuwa,
    Wote niliowafata, wako juu kwenye mawe.

2. Juzi nilipata shida, barua nikaletewa,
    Shule wanataka ada, masomo nimezuiwa,
    Ndipo nikenda kwa dada, niweze kusaidiwa,
    Jibu alilonijibu, yuko juu kwenye mawe.

3. Nikaifanya haraka, sikutaka kuchelewa,
    Kenda kumwambia kaka, mada niliyoletewa,
    Akanipa mashitaka, kuwa juzi kaibiwa,
    Kisha akaniambia, yuko juu kwenye mawe.

4. Nikasema sio haba, nikenda Mlalakuwa,
    Nikamueleze baba, tatizo kulitatuwa,
    Akasema yamekaba, ujira hajachukuwa,
    Akanena kwa upole, yuko juu kwenye mawe.

5. Nikamfata Mjomba, uhakika nikijuwa,
    Kile nitachomuomba, kwake nitakichukuwa,
    Cha ajabu akaamba, shida zinamzuzuwa,
    Kwa upole akanena, yuko juu kwenye mawe.

6. Tama nimefika hapa, kalamu ninaituwa,
    Majibu waliyonipa, wote yamenizinguwa,
    Vipi karo nitalipa, shuleni niwezekuwa?,
    Wote niliowafata, wako juu kwenye mawe.

Nawaza Ukiondoka

1. Dhahiri haya mazonge, sasa yamenifikiya,
   Umenitanda unyonge, tangu uliponambiya,
   Sinayo hamu ya tonge, mie kinywani kutiya,
   Nawaza ukiondoka, itawaje hali yangu.

2. Itawaje hali yangu, mwenzio nafikiriya,
   Mwili na akili zangu, vipi zitavyobakiya?
   Ewe mliwaza wangu, mbali ukitimkiya,
   Nawaza ukiondoka, itawaje hali yangu.

3. Kwenye hili nacheleya, nacheleya kwa kiliyo,
   Wewe nimekuzoeya, waniachaje mwenziyo,
   Juwa utapelekeya, mie nipate kimiyo,
   Nawaza ukiondoka, itawaje hali yangu.

4. Naona kuteketeya, pamefika mbiyombiyo,
   Nani atazipokeya, zawadi za mitandiyo?
   Huku akichekeleya, nakunipa kumbatiyo,
   Nawaza ukiondoka, itawaje hali yangu.

5. Naomba nisikufiche, utambue maridhiya,
   Peke yangu uniwache, haki sitavumiliya,
   Huo muda si mchache, kihoro nitajifiya,
   Nawaza ukiondoka, itawaje hali yangu.

6. Kikomo sinayobudi, maneno yaniishiya,
   Kijana mwenye juhudi, nione ninavyoliya,
   Wenda kunalo kusudi, alilopanga Jaliya,
   Nawaza ukiondoka, itawaje hali yangu.

Mwanangu

1. Nimekuita mwanangu, ombi uketi hapano,
   Kando kitandani mwangu, nikupatie maneno,
   Leo si porojo zangu, zile soga ama ngano,
   Nakupa wasia wangu, wenda ukawa agano,
   Mwanangu ishike dini.

2. Mwanangu ishike dini, kwayo mikono miwili.
   Manani umuamini, imani iwe kamili,
   Ibada uzithamini, uzifanye kwelikweli,
   Saidia masikini, kwa hali pia na mali,
   Mwanangu itende haki.

3. Mwanangu itende haki, kwa fakiri na tajiri,
   Uzitoe sitahiki, kwa misingi ya Qahari,
   Maamuzi yadiriki, ukiwa kama amiri,
   Chonde wasikushitaki, Mola akakuadhiri,
   Mwanangu shika elimu.

4. Mwanangu shika elimu, ishike kwa umakini,
   Kichwani kwako itimu, ya Dunia na ya dini,
   Kujifunza ni muhimu, usiwache asilani,
   Chonde usiwe bahimu, ukaja ibwaga chini,
   Mwanangu yazingatie.

5. Mwanangu yazingatie, niloyasema babiyo,
   Yapitishe yaingie, kwenye yako masikiyo,
   Ubongoni yafungie, uyajengee uziyo,
   Chonde usiyaachie, utakipata kiliyo,
   Hapa nakata kauli.

Ombi Lako

1. Hakuna tena kiwingu, kiwezacho kuzuiya,
   Ombi la tangu na tangu, uloomba maridhiya,
   Hima nafanya haraka.

2. Kabla kufunga pingu, twende Tanga kutuliya,
   Ukamuone mamangu, pamoya naye Zakiya,
   Tunakwenda muhibaka.

3. Nijuavyo mama yangu, huyuno mama Rukiya,
   Atafika wanguwangu, kuja kukukumbatiya,
   Kwa furaha akicheka.

4. Kisha walima na changu, mama atakupikiya,
   Ule ewe mwenza wangu, aliyekusubiriya,
   Ule hadi kutosheka.

5. Heri nazo shari zangu, mama atakuambiya,
   Halafu zawadi chungu, mama atakupatiya,
   Uweze kujua fika.

6. Tamati dua kwa Mungu, tutakayo kutimiya,
   Matamu sio machungu, tuijenge familiya,
   Mipango kutopanguka.

Chochote Sitaki

1. Kama penzi jini, basi niague,
   Atoke mwilini, asinusumbue.

2. Kama penzi kamba, ombi sinifunge,
   Niweze kutamba, nawe nijitenge.

3. Kama penzi gari, mie unishushe,
   Ya mbali safari, usinifikishe.

4. Kama penzi nyimbo, usiniimbie,
   Shada na kiimbo, nisizisikie.

5. Kama ni mbeleko, usinibebee,
   Mgongoni mwako, wacha ni tembee.

6. Kama penzi kuni, usiniunguze,
   Nitoe mekoni, na unipuuze.

7. Tama kama penzi, chochote sitaki,
   Penzi la ushenzi, nawe sidiriki.

Dawa Pekee

1. Najihisi ninaumwa, ila sihitaji dawa,
   Siitamani kuumwa, hata tone kipawa,
   Taabani taabani, ndwele imenitawala.

2. Hata nipewe shubiri, kuinywa siitamani,
   Nitabaki nasubiri, sitaitia kinywani,
   Mgonjwa mie mgonjwa, wa leo ama wa kesho.

3. Hata niwekewe nyungu, katu sitajifukiza,
   Najua yangu matungu, haitaweza maliza,
   Sijiwezi sijiwezi, hali yangu taabani.

4. Hata kifanywe kisomo, na watu wenye ilimu,
   Hakipindui ukomo, mie kwangu usitimu,
   Najifia najifiya, nduu zangu mtambuwe.

5. Ingali dawa pekee, yakunifanya nipone,
   Naomba mniletee, muhibaka nimuone,
   Haraka tena haraka, kisha mtupatanishe.

Sauti Isosikika

1. Ninasikitika kwayo, na ndipo nawaambiya,
    Mjuwe wayafanyayo, kweli wakiifukiya,
    Wakijifanya tunayo, ati! Wametupatiya,
    Ni kheri tusiwenayo, sauti isosikika.

2. Hatusemi tutakayo, huru wakatuachiya,
    Hata yakiwa ambayo, yenye mlengo sawiya,
    Wao huyaona hayo, yawapatia udhiya,
    Ni kheri tusiwenayo, sauti isosikika.

Mlao Ndezi

1. Enyi mumlae ndezi, dhahiri nawasifiya,
   Siwezi mie siwezi, hakika nawaambiya,
   Ananipa kigegezi, machoni nikimtiya,
   Dhahiri nawasifiya, Enyi mumlae ndezi.

2. Kwangu si nyama azizi, haina sifa sawiya,
   Siwezi jama siwezi, ndezi kumlumangiya,
   Kwangu naona tatizi, niuonapo mkiya,
   Haina sifa sawiya, kwangu si nyama azizi.

3. Ndezi ananichanganya, kumla mie ni kazi,
   Hata mumuunge nyanya, siwezi ayi! Siwezi,
   Vyovyote mkimfanya, hata mumueke nazi,
   Kumla mie siwezi, ndezi ananichanganya.

4. Ndezi ni sawa na panya, hapa naeleza wazi,
   Ndio mana anisinya, siwezi katu siwezi,
   Tama nanyi nawakanya, heri mzile mbaazi,
   Hapa naeleza wazi, ndezi ni sawa na panya

Usingethubutu

1. Kama ungelitambua, vile nilivyokupenda, haki
   usingethubutu,
   Yale uliyoamua, kuniacha ukaenda, kisa mie sina kitu,
   Vumbi ukalitimua, baada ya kunitenda, hukujali wangu
   utu,
   Hata kunihurumiya!

2. Wala hukujali hata, pekee nikibakiya, itawaje yangu hali?
   Tena nilipokufata, hukutaka nikisikiya, ukatokomea
   mbali,
   Sababu mie mkata, nilokosa hadi miya, hoehae sina mali,
   Ukaniacha naliya.

3. Ukamfata tajiri, mwenye gari na majumba, mie
   ukaniepuka,
   Ela haukufikiri, wahenga walivyoamba, mpandangazi
   hushuka,
   Sasa kawa ni fakiri, mambo yake yameyumba, nawe
   umempuruka,
   Mie umenirudiya.

4. Nami pasipo utata, moyo ninaufunguwa, uone kilichojaa,
   Fuadini kimenata, huwezi kukibanduwa, kiumbe
   mwenye tamaa,
   Nafasi huwezi pata, haiwi haitakuwa, japo kwako ni
   mawaa,
   Uneni natamatiya.

Umeenda Nao

1. Kila nizitazamapo, nilonazo picha zako, napata hisia kali,
moyoni ninaumiya,
Ghafula papo na papo, nalipata sawijiko, yanibadilika hali,
kiliyo miye naliya,
Huwa sijali nilipo, kuwa watu wengi wako, watalionaje
hili, nashindwa kujizuiya,
Tatizo si kwako kwenda, ni kwenda na moyo wangu,
ndipo pafanya nileye, nisiweze kunyamaza.

2. Natamani ungewepo, utoke huko uliko, turudi kama
azali, malengo yakatimiya,
Tupunge sote upepo, pale chini ya mikoko, mambo yetu
mbalimbali, kina tukiangaziya,
Kisha tuape viapo, vile visivyo vunjiko, tukimuomba
Jalali, tusitoke kwenye ndiya,
Tatizo si kwako kwenda, ni kwenda na moyo wangu,
ndipo pafanya niliye, nisiweze kunyamaza.

3. Tama popote ulipo, ukilipata andiko, ulisome tafadhali,
hadi mwisho kufikiya,
Utambue mie nipo, na mengi masikitiko, vizuri sili,silali,
mifupa nimebakiya,
Utaposikia sipo, usipate mshituko, pia wala usijali, jua
yameshatimiya,
Tatizo si kwako kwenda, ni kwenda na moyo wangu,
ndipo pafanya niliye, nisiweze kunyamaza.

Ananiimba Ngomani

1. Awe kaka ama dada, mie huwa sitamani,
   Kumuomba msaada, kwake mtu mjivuni,
   Akishanipa baada, ananiimba ngomani,
   Ananiimba ngomani.

2. Kumbe ni yake husuda, nikaonwa hayawani,
   Kwa watu nikawa mada, wajadili mitaani,
   Nipitapo kila muda, nikapata mitihani,
   Ananiimba ngomani.

3. Akaona kawaida, kuniimba hadharani,
   Wakasikia wakuda, nao watu wa maani,
   Nikaikosa ziada, wakanishusha thamani,
   Ananiimba ngomani.

4. Huzifanya jitihada, niweke vyangu rehani,
   Kutatua yangu shida, niweke lau samani,
   Niweze kulipa ada, na madeni si utani,
   Nisijeimbwa ngomani.

5. Tama ndio yangu ada, si sasa tangu zamani,
   Bora nijilie bada, nazo mboga za majani,
   Sipotezi wangu muda, kumuomba mwafulani,
   Aniimbaye ngomani.

Kupunguziwa Mahari

1. Sitaki mie sitaki, ndivyo nilivyoamuwa,
   Sitaki na sidiriki, hilo mwapaswa kujuwa,
   Sitaki na siafiki, kuomba ikapunguwa,
   Sitaki mie sitaki, mahari kupunguziwa.

2. Mahari kupunguziwa, ninapotaka kuowa,
   Mahari nikitajiwa, yoyote nitaitowa,
   Mahari hata ikiwa, ile yakunikomowa,
   Mahari mie mahari, kupungiziwa sitaki.

3. Kupunguziwa sitaki, talipa wanayopanga,
   Kupungiziwa ni haki, ela naogopa janga,
   Kupunguziwa nibaki, halafu wakaninanga,
   Kupunguziwa mahari, mshenga usikubali.

4. Mshenga usikubali, nakuomba nisikie,
   Mshenga siwe dalali, watajayo niambie,
   Mshenga japo akali, siwambe nipunguzie,
   Mshenga mie sitaki, mahari kupunguziwa.

Wanawake Wasumbufu

1. Nina mifano fahafu, mbali nimeichukuwa,
   Nalo jibu kamilifu, mwenzenu nimelijuwa,
   Lisilokuwa na hofu, jibu ambalo muruwa,
   Wanawake wasumbufu, kupenda sana wajuwa.

2. Hakika katika safu, namba moja wao huwa,
   Hao wanauongofu, sio wa kusuwasuwa,
   Hata iwe hitilafu, pendo ngumu kulivuwa,
   Wanawake wasumbufu, kupenda sana wajuwa.

3. Niwacheni niwasifu, jamani nawatambuwa,
   Hawa wana utiifu, katika chini ya juwa,
   Hupenda kikamilifu, pendo lisilopunguwa,
   Wanawake wasumbufu, kupenda sana wajuwa.

4. Halina ubabaifu, chunguza utang'amuwa,
   Mahabani hawakifu, ijapo wanasumbuwa,
   Ila hutifua tifu, pale wanapoamuwa,
   Wanawake wasumbufu, kupenda sana wajuwa.

5. Unapopeleka dafu, wao wanataka muwa,
   Siku ukenda na ndafu, wao hutaka haluwa,
   Ila jifanye dhaifu, hata wakikutibuwa,
   Wanawake wasumbufu, kupenda sana wajuwa.

6. Nudhuma isiwe ndefu, kituo hapa natuwa,
   Wafupi ama warefu, hivyo ndiyo wanakuwa,
   Idadi yao hafifu, ninakusihi chaguwa,
   Wanawake wasumbufu, kupenda sana wajuwa.

Pochi

1. Ukiuza wabebaji, wote wanaliafiki,
    Huwa hawaihitaji, uzito wake mikiki,
    Yazidi ndoo ya maji, pia gogo la mtiki,
    Pochi isiyo na hela, kuibeba ina tabu.

2. Huona yakupa tabu, kabisa sio rafiki,
    Kuwa nayo ni adhabu, yazidi kuramba siki,
    Kuitupa si jawabu, yabidi nayo ubaki,
    Pochi isiyo na hela, kuibeba yasumbua.

3. Huwa inakusumbua, ukaiona ni janga,
    Kila ukiifungua, unamwagika mchanga,
    Huna unachoambua, si shilingi si faranga,
    Pochi isiyo na hela, kuwa nayo inatesa.

4. Unaona yakutesa, ikawa yapaa nanga,
    Hutotamani kabisa, unabaki kuinanga,
    Siku ukipata pesa, ni wapi utazipanga?
    Pochi isiyo na hela, inabidi kusalia.

5. Inabidi kusalia, hapa ndipo hitimisho,
    Hainayo hata mia, ila ni vitambulisho,
    Mbebaji huchukia, ajionea michosho,
    Pochi isiyo na hela, kuibeba ni adhabu.

Nilipoachwa

1. Wengine ni wa karibu, ndugu pia na jamaa,
   Maswali walijijibu, waliyoona yafaa,
   Walisema nitakufa, nilipoachwa na wewe.

2. Wakiwa kwenye ulabu, huko palipo mabaa,
   Wengine kwenye vilabu, katu hawakunyamaa,
   Walisema nitakufa, nilipoachwa na wewe.

3. Haikuwa taratibu, kwa sauti za kupaa,
   Na kuapa masahibu, lazima yatanivaa,
   Walisema nitakufa, nilipoachwa na wewe.

4. Wakataja na sababu, walizoona sawaa,
   Kitachoniua tabu, kihoro nayo fadhaa,
   Walisema nitakufa, nilipoachwa na wewe.

5. Nakushukuru Mujibu, umeniwashia taa,
   Amerejea muhibu, kwenye njia tumekaa,
   Walisema nitakufa, nilipoachwa na wewe.

6. Sasa kwao ni aibu, wanabaki kushangaa,
   Mzima mie labibu, sijafa sina kichaa,
   Walisema nitakufa, nilipoachwa na wewe.

Deka

1. Mie kwako mejiweka, hadhira naieleza,
   Ni vigumu kutoweka, wangu kukutelekeza,
   Ama kufanya vibweka, maneno wakaeneza,
   Wakabiki wakucheka,
   Bui ukafedheheka,
   Upendo ukatoweka.

2. Upendo wa uhakika, kwako ninautimiza,
   Sio wa kusadikika, ja mambo ya kuigiza,
   Tambua umenishika, siwezi kukutatiza,
   Hata wakikasirika,
   Ila watambue fika,
   Mie kwako nimefika.

3. Uwapo na mie deka, mpenzi unavyoweza,
   Sijali wakikereka, sababu nakudekeza,
   Wala sitatetereka, hadi chini kuteleza,
   Jua zako hekaheka,
   Zafanya naneemeka,
   Furaha yaongezeka.

Cheo ni Dhamana

1. Atumiapo mabavu, kupata anachotaka,
   Kisa yeye ana nguvu, cheo nayo madaraka,
   Mwambieni kwa utuvu, ajuwe hili haraka,
   Ati! Cheo ni dhamana, si jambo la kuringia.

2. Aoneapo unasi, akaupa hekaheka,
   Kisa anayo nafasi, wenzake wakateseka,
   Mwambieni bila wasi, ajue hili haraka,
   Kuwa cheo ni dhamana, si jambo la kuringia.

3. Mwenye kubana sauti, waneni akawashika,
   Watu wakawa sukuti, wasiweze kusikika,
   Mwambieni nyutinyuti, ajuwe hili haraka,
   Ati! Cheo ni dhamana, si jambo la kuringia.

4. Mfanya yaso maani, jamii ikaudhika,
   Akawaweka shidani, yeye akafurahika,
   Mwambieni hadharani, ajuwe hili haraka,
   Kuwa Cheo ni dhamana, si jambo la kuringia.

5. Jambo analohitaji, halishindikani aka!
   Kuufanya uporaji, kwake hakuna mashaka,
   Mwambieni ajijaji, ajue hili haraka,
   Ati! Cheo ni dhamana, si jambo la kuringia.

6. Nudhuma watakabau, sendi mbele nimefika,
   Aifanyae dharau, watu wakakasirika,
   Mwambeni angalau, ajuwe hili haraka,
   Kuwa cheo ni dhamana, si jamba la kuringia.

Urithi Wako

1. Ijapo sinayo hali, sawiya kuzungumza,
   Nisikiya tafadhali, ili niweze kujuza,
   Niyanenayo aali, chonde usije yapuza,
   Uthamini utu wako.

2. Uthamini wako utu, katu usijeuuza,
   Hata ukipewa kitu, usije kuupunguza,
   Mthamini kila mtu, shaibu pamwe ajuza,
   Utu hauna badali.

3. Ogopa sana batili, mamiyo nakueleza,
   Nayo ujiweke mbali, pindi ikijisogeza,
   Hata ingawa sahali, kuipata unaweza,
   Yua hapendi Jalali.

4. Yuwa hapendi Jalali, katu usijejikweza,
   Ati! kisa una mali, wengine ukawabeza,
   Kumdharau dhalili, si kitu cha kupendeza,
   Cha mtu usidhulumu.

5. Cha mtu usidhulumu, palo nuru nalo giza,
   Wengine kuwahujumu, Wadudi wa mchukiza,
   Mwanangu cha mtu sumu, kitakuja kutatiza,
   Tama mie nimefika,

6. Tama mie nimefika, uneni nimemaliza,
   Urithi pekee shika, sina nilichobakiza,
   Yua hutaangaika, kama utapatiliza,
   Mwanangu baki salama.

Ayi! Mauti

1. Mauti jama mauti, hayanayo moya ndiya,
   Kokote hupita ati, wakati ukiwadiya,
   Yeyote kwenye umati, lazima kumfikiya,
   Ayi! Jamani mauti, waja tujiandaeni.

2. Kilio jama kilio, sote lazima kuliya,
   Ghafula wake ujio, pale unapotukiya,
   Hakina mazingatio, ni upi muda sawiya?
   Ayi! Jamani kilio, waja tujiandaeni.

3. Msiba jama msiba, uchungu hutuachiya,
   Kushinda ule wa mwiba, mwilini ukiingiya,
   Msiba hauna tiba, kuweza uvumiliya,
   Ayi! Jamani msiba, waja tujiandaeni.

4. Kusema jama kusema, hapa ninatamatiya,
   Waja tuyatende mema, ayapendayo Jaliya,
   Tupate zake neema, motoni kutoingiya,
   Ayi! Jamani kusema, waja tujiandaeni.

Mtu Apendae Kweli

1. Mada niliyoakisi, wengi wataichelewa,
   Kwani si mada rahisi, haraka kuielewa,
   Yahitaji udadisi, pindi unapoletewa,
   Mtu apendae kweli, kutamka si rahisi.

2. Kutamka nakupenda, huupata ukakasi,
   Kwa yule alompenda, alojaa kwenye rasi,
   Hupata ugumu kwenda, hata akiwa na kasi,
   Mtu apendae kweli, hujawa na wasiwasi.

3. Hujawa na wasiwasi, hata anapopatiwa,
   Ilo sawia nafasi, na nyonda akiachiwa,
   Hubaki kusema basi, hofu akikataliwa,
   Mtu apendae kweli, hubaki oneka bwege.

4. Hubaki oneka bwege, hata kama ni farisi,
   Na kuitwa domo zege, naye tuli ajilisi,
   Kumbe mneni ja ndege, sivyo wanavyo mhisi,
   Mtu apendae kweli, hutamka kwa kitete.

5. Hutamka kwa kitete, tama sio jambo pesi,
   Japo hushika kidete, kusema sio mwepesi,
   Huwa nayo hali tete, kama vile ana kesi,
   Mtu apendae kweli, hivyo ndivyo anakuwa.

Tangu Uliponiacha

1. Hili siwezi kuficha, kusema ndio aali,
   Tangu uliponiacha, ukatokomea mbali,
   Nimebaki nimechacha, sina hali sina mali.

2. Nimejitahidi licha, hutoki kwenye akili,
   Kutupa ule mbacha, tuliolala wawili,
   Pia kuzichoma picha, ila bado wawasili.

3. Kusema siwezi wacha, nasame lau akali,
   Sisi tulikuwa pacha, wajua kila mahali,
   Huyo aliyekuchucha, amenipa pigo kali.

4. Tamati usiku kucha, nawaza mie silali,
   Siku hizi si galacha, sikonayo njema hali,
   Nabaki kung'ata kucha, miye sina afadhali.

Gonjwa la Dunia

1. Naanza kumshukuru,
   Mola wetu Ya Ghafuru,
   Aliyeiumba nuru,
   Pamoja na alamina.

2. Namshukuru hakika
   Mola wetu Msifika
   Asiye na mshirika,
   Na wala wa kufanana.

3. Aliyeumba Duniya,
   Yenye umbo maridhiya
   Ambalo linavutiya,
   Mfano wake hakuna.

4. Viumbe akatutiya,
   Uhai katupatiya,
   Sote tunajiishiya,
   Maisha yetu yafana.

5. Leo bila ya uchovu
   Mola amenipa nguvu
   Akili na utulivu,
   Hili kuweka bayana.

6. Watu waweze tambuwa,
   Kisha wakajinasuwa,
   Kwa kuzifata hatuwa,
   Zilizoweka kwa kina.

7. Ugonjwa nausemea,
   Kwa kasi uloenea,
   Jamii yateketea,
   Vifo vinaongozana.

8. Vifo tusivyotaraji,
   Kwenye miji na vijiji,
   Shida ya upumuaji,
   Gonjwa lasumbua sana.

9. Gonjwa hili la virusi,
   Lateketeza unasi,
   Weupe nao weusi,
   Wote linawatafuna.

10. Ugonjwa huu tatizi,
    Vizuri kuumaizi,
    Matawi nayo mizizi,
    Tukaujua bayana.

11. Tuubaini kwa kina
    Uliloanzia China,
    Unaoitwa Korona
    Kote unajulikana.

12. Hizino zake dalili,
    Kuwa nalo joto kali,
    Nao uchovu wa mwili,
    Vyote vinaongozana.

13. Pili yatakusumbua,
    Yasioisha mafua,
    Na shida ya kupumua,
    Usiku nao mchana.

14. Kukosa hamu ya kula,
    Hata upewe chakula,
    Kilicho ladha jamala,
    Hamu ya kula hauna.

15. Pia hili usadifu,
    Kuwa nayo hitilafu
    Ya kutohisi harufu,
    Huwa inashindikana.

16. Kushitadi kwa uchovu,
    Mwili kupungua
    nguvu,
    Kichwa tele maumivu,
    Pamwe na mbavu
    kubana.

17. Korona ikikomaa,
    Vipele uchachamaa,
    Kooni vikasambaa,
    Vikakusumbua sana.

18. Uzionapo dalili
    Yakubidi tafadhali,
    Uwahi Hosipitali
    Mtabibu kumuona.

19. Ataweza kutibia,
    Kisha atakupatia,
    Mbinu za kuzingatia,
    Na gonjwa kuepukana.

20. Zile zilizo muhimu,
    Sambamba nayo elimu,
    Kwako na yako kaumu,
    Zote zitaongozana.

21. Mbinu zilizo aali
    Kuzifata ni sahali,
    Ukiwa kila mahali,
    Epuka kusongamana.

22. Pili kukubaliana,
    Kuwacha salimiana,
    Kwa mikono kupeana,
    Nako kukumbatiana,

23. Tatu iwe kwa haraka,
    Ukiwa kwenye pilika,
    Vitu hovyo kuvishika,
    Kugusa iwe hapana.

24. Na nne kujiokoa,
    Kutochukulia poa,
    Uivae barakoa,
    Ambayo yajulikana.

25. Tano kuushika mwiko,
    Sote kuwa na mashiko,
    Kinga chafya kwa
    kiwiko,
    Hili linawezekana.

26. Sita makubaliano,
    Kuzidisha mapambano,
    Kunawa sana mikono,
    Usiku hata mchana.

27. Katika hili hakika,
    Sabuni yahitajika,
    Maji yawe tiririka,
    Mengine jama hapana.

28. Saba kusisitiza,
    Sote tukapatiliza,
    Tumia sanitaiza,
    Hata kwa kuwezeshana.

29. Na kisha utapojua,
    Ndipo chukua hatua,
    Kuweza kujikwamua,
    Kwani inawezekana.

30. Hivyo tuwe mabalozi,
    Tuende kufanya kazi,
    Ya kuwa waelekezi,
    Kwa pamoja kuungana.

31. Hapa tama ninatinga,
    Mola tupatie kinga,
    Waja ije kutukinga,
    Mwisho kalamu kutona.

Printed in the United States
by Baker & Taylor Publisher Services